D1763549

ஒடுக்கப்பட்டோர் வாழ்வும் தன்வரலாறுகளும்

முனைவர் இரா.வெங்கடேசன்

தேனி மாவட்டம் சின்னமனூரில் பிறந்தவர். இளங்கலை ஹாஜி கருத்தராவுத்தர் கல்லூரியிலும் முதுகலை மற்றும் ஆய்வியல் நிறைஞர் பட்டம் மதுரை காமராசர் பல்கலைக்கழகத்திலும் பயின்றவர். முனைவர் பட்டத்தை நாமக்கல் அறிஞர் அண்ணா அரசு கலைக்கல்லூரியில் முடித்தார். தற்போது தஞ்சை, தமிழ்ப் பல்கலைக்கழகத்தில் இந்திய மொழிகள் மற்றும் ஒப்பிலக்கியப் பள்ளியில் இணைப்பேராசிரியராகப் பணியாற்றிக்கொண்டிருக்கிறார். சேரன் கவிதைகள் மாயையும் எதார்த்தமும், கம்பராமாயணமும் கம்போடிய இராமாயணமும், தொன்மமறுவாசிப்புகளின் ஆழமும் விரிவும் முதலான எட்டு நூல்களை எழுதியுள்ளார். திரௌபதித் தொன்மம் மறுபுனைவு என்ற ஆய்வுத்திட்டத்தையும், சிற்றிதழ் மொழிபெயர்ப்புச் சிறுகதைகளின் அடைவு என்ற ஆய்வுத்திட்டத்தையும் நிறைவு செய்துள்ளார். நவீன இலக்கியங்களில் ஈடுபாடு கொண்டவர். குறிப்பாக ஒப்பிலக்கிய ஆய்வுகளைத் திட்டமிட்டு செய்துகொண்டிருப்பவர். அவருடைய எல்லா வகையான ஆய்வுகளும் அவருக்கான தனித்த அடையாளங்களாக உள்ளன.

ஒடுக்கப்பட்டோர் வாழ்வும் தன்வரலாறுகளும்

முனைவர் இரா.வெங்கடேசன்

வெளியீடு

ஒடுக்கப்பட்டோர் வாழ்வும் தன்வரலாறுகளும் • கட்டுரை • ஆசிரியர்: இரா.வெங்கடேசன்© • முதல் பதிப்பு: ஜனவரி 2023 • பக்கங்கள்: 144 • வெளியீடு: யாப்பு வெளியீடு, 5, ஏரிக்கரைச் சாலை, 2ஆவது தெரு, சீனிவாசபுரம், கொரட்டூர், சென்னை - 600076 • பேச: 9080514506 • அட்டை ஓவியம்: தமிழ்ப்பித்தன் • புத்தகம் மற்றும் அட்டை வடிவமைப்பு: விஷுவல் வினோத்

ஒருங்கிணைப்பு: மக்கள் தமிழ் ஆய்வரண், 208, நிமிர்வகம், வைகை அணை முதன்மைச் சாலை, காந்தி நகர், செயமங்கலம் - 625603, தேனி மாவட்டம், தமிழ் நாடு • பேச: 9443676082.

ரூ. 150

OTUKKAPPATTOR VAAZHVUM THAN VARALAARUGALUM • Article • Author: R.VENKATESAN© • First Edition: December 2022 • Pages: 144 • Published by: VAAGAI is an imprint of YAPPU VELIYEEDU, Erikkarai Saalai, 2nd Street, Seenivaasapuram, Korattoor, Chennai - 600 076 • Cell: 9080514506 • Cover Painting: Tamilpithan • Book & Cover Design: Visual Vinodh

Organized by: Makkal Thamizh Aaivaran, 208, Nimirvagam, Vaigai Dam Main Road, Gandhi Nagar, Jeyamangalam - 625 603, Theni Dist, TamilNadu • Cell: 9443676082.

Rs. 150

ISBN : 978-81-954630-4-6

தளுகை!

என் வாழ்வின் வழிகாட்டிகள்
பேரா. மோ.தமிழ்மாறன்
அறிஞர் பொ.வேல்சாமி
ஆகியோருக்கு...

நன்றி!

திருவாளர்கள்
திரு. மலை. செந்தில்குமார்
திரு. ஏர். மகாராசன்
திரு. த. ஆதித்தன்
திரு. க. செந்தில்குமார்
திருமதி. க. ஜெயந்தி
வெ.ஜெ. கார்த்தி
வெ.ஜெ. ஆகாஸ்

முன்னுரை

இந்தியாவில் பல்வேறு மாநிலங்கள் உள்ளன. ஒவ்வொரு மாநிலத்திலும் பல்வேறு சமூகங்கள் வாழ்கின்றன. ஒவ்வொரு சமூகத்திற்குள்ளும் வெவ்வேறு பண்பாட்டு விழுமியங்கள் இருக்கின்றன. அவ்வகையில், பல்வேறு பண்பாட்டு அடையாளங்களால் இந்தியப் பண்பாடு கட்டமைக்கப்பட்டுள்ளது. இந்நிலையில், இந்தியாவை ஒரே பண்பாடு, ஒரே மொழி, ஒரே தேசம் என ஒருபோதும் மாற்றவே முடியாது என்பதே உண்மை.

இந்தியாவில் பல்வேறு விதமான பண்பாட்டு அடையாளங்கள் விரிந்திருக்கின்றன என்பதனைத் தாங்கியிருக்கும் பிரதிகளாகத் தன்வரலாற்று நூல்களும் சான்றுகளாக இருக்கின்றன.

இந்தியா முழுக்கப் பல்வேறு மொழிகள் பேசப்படுகின்றன. பெரும்பாலான மொழிகளில் தன்வரலாறுகள் எழுதப்பட்டுள்ளன. இந்தத் தன்வரலாறுகளை இரண்டு பகுதிகளாகப் பிரித்துக்கொள்ளலாம். சாதிய ரீதியாக ஒடுக்கப்பட்ட சமூகங்களின் தன் வரலாறுகள் எனவும், சாதிய ஒடுக்குமுறைக்கு ஆட்படாத சமூகங்களின் தன்வரலாறுகள் எனவும் பகுத்துப் பார்க்கலாம். இதனை, தலித் தன்வரலாறுகள் எனவும், தலித் அல்லாத தன்வரலாறுகள் எனவும் வகைப்படுத்துவதும் உண்டு.

தலித் அல்லாத தன்வரலாறுகள் பிறப்பால் தலித் அல்லாத சமூகத்தினரால் எழுதப்பட்டவை. இதில் தலித் அல்லாத பெண்களின் தன்வரலாறுகளும் அடங்கும். அதேபோல், நாடோடிப் பழங்குடித் தன்வரலாறுகளும் அடங்கும். அதேவேளையில், தலித் தன்வரலாறுகள், தலித் அல்லாத தன் வரலாறுகளிலிருந்து முற்றிலும் வேறுபட்டவையாகவும் இருக்கின்றன.

தலித்துகள் இந்தியா முழுக்கப் பல்வேறு மாநிலங்களில் வாழ்கின்றனர். இவர்களுடைய பண்பாடு ஒரே மாதிரியாக இல்லை. மொழி, உணவு, உடை, சடங்கு முறைகள், பழக்க வழக்கங்கள், நம்பிக்கைகள், திருவிழா, புழங்கு பொருட்கள், வாழ்வியல் முறைகள், உறவு முறைகள், தொழில்கள் போன்றவற்றால் வேறுபடுகின்றனர். இன்னும் நுட்பமாகக் கூற வேண்டுமென்றால், ஒரு மாநிலத்தில் வாழ்கின்ற தலித்துகளே

ஒரே மாதிரியான பண்பாட்டு அடையாளங்களைக் கொண்டிருக்கவில்லை. ஒரு ஊரில் வாழ்கின்ற தலித்துகளின் பண்பாட்டிற்கும், மற்றொரு ஊரில் வாழ்கின்ற தலித்துகளின் பண்பாட்டிற்கும் நுட்பமான வேறுபாடுகள் இருக்கின்றன. இந்தப் பண்பாட்டு நுட்பங்களைத் தலித் தன்வரலாறுகள் வெளிப்படுத்தியுள்ளன.

இந்தியா முழுக்க வாழ்கின்ற தலித் பண்பாட்டின் வெவ்வேறு விதமான பண்பாட்டு நுட்பங்களைத் தலித் தன்வரலாற்றுப் பிரதிகள் காட்சிப்படுத்தியுள்ளன. இவற்றை அடையாளப்படுத்துவதும் வெளிப்படுத்துவதும் இன்றைய காலத்திற்குத் தேவையாக அமைகின்றன.

இந்தியா முழுக்க வாழ்கின்ற தலித்துகளின் பண்பாட்டினை அடையாளம் காட்டக் கூடியதான தலித் தன்வரலாறுகள் யாவும் வரலாற்று ஆவணங்களாகவும் இருக்கக்கூடியவை. அதனால், தலித் பண்பாட்டின் வெவ்வேறு பண்பாட்டு நுட்பங்களைத் தலித் தன்வரலாறுகள் எவ்வாறு பதிவு செய்துள்ளன என்பதனை வெளிப்படுத்த வேண்டியது இன்றைய சமூகத் தேவையும்கூட.

தலித் பண்பாட்டின் வெவ்வேறு விதமான வாழ்நிலைகளை அடையாளப்படுத்துகிற தலித் தன்வரலாறுகள் வெளிப்படையாகச் சொல்கின்ற செய்தி என்னவெனில், இந்தியா முழுக்க வாழ்கின்ற தலித்துகளின் பண்பாடுகள் ஒரே மாதிரியானவைகள் இல்லை. தாங்கள் வெவ்வேறு பண்பாட்டிற்குச் சொந்தக்காரர்கள். தங்களைப் பொது அடையாளத்திற்குள் கொண்டுவரக்கூடாது என்பதே. அந்தவகையில், தலித் தன்வரலாறுகளைப் புரிந்துகொள்வதற்கு இந்த நூல் உதவும் என்றே நம்புகின்றேன்.

இந்த நூலை வெளியிடுவதற்கும், பல்வேறு நிலைகளிலும் என் வளர்ச்சியில் உதவி வருகின்றவர் பண்பாட்டு ஆய்வாளர் திரு. ஏர் மகாராசன் அவர்களுக்கும், நூலை மிகச் சிறப்பாக வெளியிடக்கூடிய யாப்பு பதிப்பக நண்பர் செந்தில் வரதவேல் அவர்களுக்கும் என் மனமார்ந்த நன்றிகள்.

அன்புடன்
முனைவர் இரா.வெங்கடேசன்,
இணைப் பேராசிரியர்,
இந்திய மொழிகள் பள்ளி,
தமிழ்ப் பல்கலைக் கழகம், தஞ்சாவூர்-10.

பொருளடக்கம்

1. தன்வரலாறுகளும் தலித் தன்வரலாறுகளும் 13
2. தலித் தன்வரலாறுகளில் அழகியல் 33
3. சாதியும் தீண்டாமையும் 52
4. சடங்குகளும் நம்பிக்கைகளும் 92
5. தலித் தன்வரலாறுகளும் நாடோடித் தன் வரலாறுகளும் 118
6. இந்தியத் தன்வரலாறுகளில் நுண்குறிப்புகள் 134

துணைநூற் பட்டியல் 142

1
தன்வரலாறுகளும் தலித் தன்வரலாறுகளும்

இலக்கியங்களைப் போலவே, தன்வரலாறுகள் முக்கியமானவைகள். ஆனால், இலக்கியங்களுக்குக் கிடைக்கக்கூடிய முக்கியத்துவம் தன் வரலாறுகளுக்குக் கிடைப்பதில்லை. பாடத்திட்டங்களிலோ, விருது மேடைகளிலோ தன் வரலாற்று இலக்கியங்களுக்கு உரிய அங்கீகாரம் கிடைப்பதில்லை. இலக்கியங்கள் எவ்வாறு சமூக அக்கறையோடு எழுதப்பட்டு, வரலாற்று ஆவணங்களாக உள்ளனவோ, அதனைப் போலத் தன்வரலாறுகளும் கடந்தகால வரலாற்று ஆவணங்களாக உள்ளன. இன்னும் மிகச் சரியாகச் சொல்வதென்றால், ஒரு குறிப்பிட்ட காலகட்டத்தினை மிகச் சரியான, வரலாற்றுப் புரிதலோடு பதிவு செய்திருப்பவை தன் வரலாறுகள். அத்தகையத் தன்வரலாறுகள் இந்திய அளவில் ஏராளமாக வெளிவந்துள்ளன.

அவற்றை இரண்டு வகையாகப் பகுத்துக் கொள்ளலாம். 1. தலித் அல்லாத தன்வரலாறுகள் 2. தலித் தன் வரலாறுகள். இந்த இரண்டு வகையானத் தன்வரலாறுகளும் வெவ்வேறு தன்மைகளைக் கொண்டவை. தலித் அல்லாத தன்வரலாறுகளிலிருந்து, தலித் தன்வரலாறுகள் எவ்வாறு வேறுபட்டு இருக்கின்றன என்பதனைத் தன்வரலாற்றுப் பிரதிகளை வாசிக்கின்றபொழுது உணர முடிகின்றது. தலித் தன்வரலாறுகள் பிறப்பால் தலித்தாக இருந்தவர்களால் எழுதப்பட்டவை. தலித் அல்லாத தன்வரலாறுகள் பிறப்பால் தலித் அல்லாதவர்களால் எழுதப்பட்டவை. தலித் அல்லாத தன் வரலாறுகளிலிருந்து, தலித் தன்வரலாறுகள் எவ்வாறு

வேறுபடுகின்றன என்பதனைக் கவனப்படுத்தும் விதமாக இக்கட்டுரை அமைகிறது.

தன்வரலாறு

தன் வரலாறு, தற்சரிதம், சுயசரிதம் போன்ற சொற்களோ இவற்றுக்கு இணையாக ஆங்கிலத்தில் வழங்கும் Autobiography என்ற சொல்லோ, தொடக்ககால இலக்கிய வழக்கில் புழக்கத்தில் இல்லை. குறிப்பாக, 18ஆம் நூற்றாண்டின் இறுதிவரையில் இச்சொல் வழக்கத்தில் இல்லை. *Memories* என்றும் நினைவுக் குறிப்புகள் என்ற அளவிலேயே *(Encychlopedia of Britannica, P.355)* வழங்கி வந்துள்ளன. 1793இல் ஆங்கிலத்தில் வெளிவந்த 'The Private Life' என்னும் நூலே உலகின் முதல் தன் வரலாற்று நூலாக அறியப்படுகிறது. தன் வரலாறுகளுக்குக் குறிப்பிட்ட ஒரு வடிவம் கிடையாது. அதனால் தன்வரலாறுகள் தன் வரலாற்றுப் பாடல்கள் *(Autobiographical Songs)* தன் வரலாற்று நாட் குறிப்புகள் *(Autobiographical Dairies)* குடும்ப வரலாறுகள் *(Family Histories)* வரலாற்று ஆவணங்கள் *(Historical documents)* படக் கதைகள் *(Comics)* புனை கதைகள் *(Fictions)* கட்டுரைகள் *(Articals)* என வகைப்படுத்தப்படுகின்றன.

தன்வரலாறு என்பதற்குப் பல்வேறு விளக்கங்கள் கூறப்பட்டுள்ளன. *Autobiography* என்பதில் உள்ள *Auto* என்கிற கிரேக்கச் சொல்லிற்குத் தன்னுடைய என்பதே பொருளாகின்றது. இதன்கீழ் ஒருவருடைய வாழ்க்கை வரலாறு அவரால் எழுதப்படும் பொழுது அது தன் வரலாறாக மலர்கிறது.[1] ஒருவர் தான் வாழ்ந்த வாழ்க்கையை அர்த்தமுள்ளதாக மாற்றுவதற்காகவும் தன்வரலாறுகளை எழுதியுள்ளனர். தனது கடந்த கால வாழ்க்கை சரியானது. அதனை இந்த உலகிற்குச் சொல்வதில் எந்தத் தயக்கமும் எனக்கு இல்லை எனச் சொல்வதற்காகத் தன் வரலாறுகளை எழுதியுள்ளனர். மேலும், தான் பெற்ற அனுபவங்கள் பிறருக்குப் பயன்படும் என நினைத்தும் தன் வரலாறுகளை எழுதியுள்ளனர்.

தன்வரலாறு எவ்வாறு அணுகப்பட வேண்டும் என்று குறிப்பிடும்போது, சுயசரிதையை ஒருவரைப் பற்றி இன்னொருவர் எழுதும் பிறர் வாழ்க்கை வரலாற்றுடன் ஒப்பிட்டு

நோக்கக்கூடாது. ஆசிரியரின் நெஞ்சையே தன் உற்பத்தி மையமாகவும் உணர்ச்சி மையமாகவும் கொண்டிருக்கின்ற இச்சுயசரிதை (அ) தன்வரலாறு அதன் ஆசிரியரிடமிருந்தே உயிரும் ஊட்டமும் பெறுகின்றது. எந்த எழுத்தாளனாலும் ஒரு தடவைக்குமேல் கையாள முடியாத ஒரே இலக்கிய வடிவமாக விளங்குகின்ற தன்மையைக் (Idendity) கொண்டது இது, நேர்மையும், உண்மையும், முக்கியத்துவமும் வாய்ந்த தனிமனித வாழ்வியலோடு நேரடியானத் தொடர்பும் நெருக்கமும் உடையது.[2] அதனால்தான் தன்வரலாறுகள் மிகுந்த அக்கரையோடு எழுதப்படுகின்றன.

தன்வரலாறு என்பது தனி ஒரு மனிதரின் கடந்த காலத்தை நினைவு கூறுவதாகவும் பெரும்பான்மையான வாழ்க்கைப் பகுதியை நிறைவு செய்வதாகவும் தொடர்ச்சியான ஒழுங்குமுறையில் நிரல்பட அமையக் கூடியதாகவும் கலைநயம் உடையதாகவும் இருத்தல் வேண்டும். மேலும், தன்வரலாறு சுயம் பற்றிய தொடர்ந்த தேடலுடையதாகவும் தனிமனிதருக்கும் பிறருக்கும் உள்ள தொடர்பையும் உலக நடப்புகள் குறித்த அவரின் எண்ணங்களையும் எடுத்துரைப்பனவாகவும் அமைதல் வேண்டும்[3] என்று பிரித்தானியக் கலைக் களஞ்சியம் விளக்கம் தந்துள்ளது. இப்படிப்பட்டத் தன்வரலாறுகள் அனைவராலும் எழுதப்படுவதில்லை. தான் வாழ்ந்த வாழ்க்கையை எந்தவிதமானத் தயக்கமும் இல்லாமல் சொல்வதற்குத் மன தைரியம் வேண்டும். தன்வரலாறு என்பது ஒரு கண்ணாடி போன்றது. அக்கண்ணாடியில் சுயமும் எண்ணங்களில் பிரதிபலிப்பும் கூட்டுச் சேர்கின்றன. பிறரிடமிருந்து தன்னை முற்றிலும் வேறுபடுத்தி, தனித்துப் பார்க்கக் கூடிய ஒருவரால் மட்டுமே (Isolated) தன்னை ஒரு தீவாகக் கருதக்கூடிய ஒருவரால் மட்டுமே தன்வரலாறை எழுத முடியும்.[4] தன்வரலாறுவழி, தான் வாழ்ந்த வாழ்க்கையின் அகத்தைத் திறந்து காட்டுவது என்பது அவ்வளவு எளிதானதல்ல. இந்தத் தன்வரலாறுகள் அந்தரங்க வாழ்க்கைமீதான மறுவிசாரணை செய்யக்கூடியவை. தனக்கு மட்டுமே தெரிந்த அல்லது வாழ்ந்து முடித்த வாழ்க்கையின் முகத்தைச் சமூகத்திற்குக் காட்டுவது. அது எப்படி இருக்க வேண்டும் என்றால் அந்தரங்கச் செய்திகளை அழகாகத் தாங்கித் தற்புகழ்ச்சியின்றி வாழ்க்கை அனுபவங்களைப்

புகைப்படம்போல் படம் பிடித்துக் காட்ட வேண்டும்.[5] ஆனால், பெரும்பாலானவர்கள் வாழ்க்கையை உள்ளதை உள்ளவாறு திறந்துகாட்ட விரும்புவதில்லை. அதனால்தான், பலரும் தன் வரலாறுகளை எழுத விரும்புவதில்லை. வெளிப்படைத் தன்மையோடு எழுதப்படுகிற தன்வரலாறுகள்தான் உண்மையான வாழ்க்கையை வெளிப்படுத்தி நிற்கின்றன. போலியாக எழுதப்பட்டவை கால வெள்ளத்தில் காணாமல் போய்விடுகின்றன. அதனால்தான் மகத்தானதொரு வாழ்க்கைச் சரித்திரத்தை மகத்தான வாழ்க்கை வாழ்வதை விட எழுதுவது சிரமமான காரியம் என்று சொல்வதுண்டு. ஆனால், உண்மையிலே மேன்மை பொருந்திய வாழ்க்கை வாழ்ந்த ஒருவர்கூட நிச்சயம் மேன்மையான சுய சரித்திரத்தை எழுத முடிந்ததில்லை.[6] எழுதப்பட்டத் தன்வரலாறுகளும் ஒன்றுபோல், ஒரே மாதிரி எழுதப்படவில்லை. ஒவ்வொருவருடைய வாழ்க்கையும் வேறுபட்டுள்ளது போலத் தன்வரலாறுகளும் வேறுபட்டும் மாறுபட்டும் உள்ளன. சிலர் சிறுவயது முதல் தமக்கு ஏற்பட்ட அனுபவங்களை எழுதியுள்ளனர். சிலர் வாழ்க்கையில் நடந்த சில முக்கியமான நிகழ்வுகளையெல்லாம் தொகுத்து எழுதியுள்ளனர். சிலர் தினசரிக் குறிப்புகளாக எழுதியுள்ளனர். சிலர் பள்ளிப் படிப்பில் இருந்து தொடங்கி இறுதி வரை நடந்தவற்றை எழுதியிருக்கின்றனர். சிலர் சிறுவயது முதல் தொடங்கி கல்லூரிப் படிப்பு வரையான காலகட்டத்தில் நடந்தவற்றை எழுதியுள்ளனர். எப்படி எழுதப்பட்டாலும் இவையனைத்தும் தன்வரலாறு என்பதற்குள் அடங்குகின்றன.

உலகளவில், பல தன்வரலாறுகள் எழுதப்பட்டுள்ளன. தமிழிலக்கிய வரலாற்றில் தன்வரலாறு என்பது முழுமையாக அல்லாமல் குறிப்புகளாகக் கிடைக்கின்றன. புறநானூற்றில் இடம்பெற்றுள்ள பெருஞ்சித்தரனார், கோவூர்கிழார் பாடல்களில் ஆங்காங்கே தன் வரலாற்றுக் குறிப்புகள் காணக் கிடைக்கின்றன. தனிப் பாடல்கள் சில தன் வரலாற்றுக் குறிப்புகளைக் கொண்டுள்ளன.

இந்திய மொழிகளிலும் தமிழிலும் பல தன்வரலாறு நூல்கள் எழுதப்பட்டுள்ளன. குறிப்பாகத் தமிழில் 200க்கும் மேற்பட்ட தன்வரலாறுகள் எழுதப்பட்டுள்ளன. அவற்றில் சிலவற்றை

இங்கே குறிப்பிடலாம். புதுவையில் வாழ்ந்த அனந்தரங்கம் பிள்ளை எழுதிய நாட்குறிப்புகள் 1736 செப்டம்பர் 6 தொடங்கி 1761 ஜனவரி 12ஆம் நாளோடு முடியக் கூடியவை. அது, பன்னிரெண்டு தொகுதிகளாகப் பிரெஞ்சிலும் ஆங்கிலத்திலும் வெளியானது. பின்னர், தமிழில் 1998ஆம் ஆண்டு புதுவை மொழியியல் பண்பாட்டு ஆராய்ச்சி நிறுவனம் மொழிபெயர்த்து வெளியிட்டது. இதற்குப் பிறகு சுப்ரமணிய பாரதியார் (1911) தன்வரலாறு எழுதியுள்ளார். தன்வரலாறு என்ற அமைப்பிற்கு ஏற்றவாறு இந்நூல் உள்ளது. திரு.வி.க. எழுதிய திரு.வி.க - வாழ்க்கைக் குறிப்புகள் (1944), வ.உ.சிதம்பரனார் சுயசரிதை (1946), (இரண்டு தொகுதிகள்) கவிஞர் வெ. ராமலிங்கம் பிள்ளை - என் கதை (1948), சுத்தானந்த பாரதி - ஆத்ம சோதனை (1950), உ.வே.சாமிநாதையர் - என் சரித்திரம் (1958), பம்மல் சம்பந்த முதலியார் - என் சுயசரிதை (1963), ச.து.சு.யோகியார் - ஆத்ம சோதனை, கோவை அய்யாமுத்து - எனது வாழ்க்கைப் பயணம், ந.சுப்புரெட்டியார் - என் வாழ்க்கை, அவ்வை டி.கே.சண்முகம் - எனது நாடக வாழ்க்கை, க.சந்தானம் - நினைவுகள், ஏ.கே.செட்டியார் - உலகம் சுற்றும் தமிழன், ஏ.வி. மெய்யப்பச் செட்டியார் - எனது வாழ்க்கை அனுபவங்கள், தி.செ.செள. ராஜன் - நினைவு அலைகள், நெ.து. சுந்தர வடிவேலு - நினைவு அலைகள் (மூன்று தொகுதிகள்), ரெட்டைமலை சீனிவாசன் - ஜீவித சரிதம், ஆ.ப.ஜெ - அப்துல் கலாம் - அக்னிச் சிறகுகள், சிவாஜிகணேசன் - எனது சுயசரிதை, டி.என்.சேஷன் - என் கதை, இரா.இளங்குமரன் - ஒரு புல், மு. கருணாநிதி - நெஞ்சுக்கு நீதி (ஆறு பாகங்கள்), சிவகுமார் - இது ராஜபாட்டை அல்ல, ஜெயகாந்தன் - ஓர் இலக்கியவாதியின் அரசியல் அனுபவங்கள், ஓர் இலக்கியவாதியின் கலையுலக அனுபவங்கள், ஓர் இலக்கியவாதியின் பத்திரிகை அனுபவங்கள், ஓர் இலக்கியவாதியின் ஆன்மீக அனுபவம், மாற்கு - தேடல், லிவிங் ஸ்மைல் வித்யா - நான் வித்யா, கலைவாணி - ஒரு பாலியல் தொழிலாளியின் கதை, கலாப்ரியா - நினைவின் தாழ்வாரங்கள், எஸ். தனபால் - ஒரு சிற்பியின் சுயசரிதை, கதை, தனுஜா சிங்கம் - தனுஜா, (இலங்கை) பொன்னீலன் - என்னைச் செதுக்கியவர்கள் போன்ற பல தன்வரலாறுகள் தமிழில் எழுதப்பட்டுள்ளன. இதுபோன்ற பல தன்வரலாறுகள் தமிழில்

எழுதப்பட்டிருந்தாலும் வாழ்க்கையில் நடந்த நிகழ்வுகளை அப்படியே எந்தவிதமான ஒளிவு மறைவுமில்லாமல் யார் பதிவு செய்துள்ளனரோ அவர்களுடைய தன்வரலாறுகள் காலத்தால் அழியாத தன் வரலாறுகளாக நிலைபெற்றுள்ளன. அத்தகையத் தன்வரலாறுகளே வாசகர்களால் மீண்டும் மீண்டும் தொடர்ந்து வாசிக்கப்படுகின்றன. அடுத்தத் தலைமுறைக்கும் பரிந்து செய்யப்படுகின்றன.

தலித் சொல் விளக்கம்

இந்திய சமூகத்தில் நெடுங்காலமாக சிதைவுக்குள்ளாகியிருக்கும் தலித் மக்கள் வாழ்வில் சகலவிதமான அடிப்படை உரிமைகளையும் இழந்து புறக்கணிக்கப்பட்டவர்களாக வாழ்ந்து கொண்டிருப்பவர்கள். தாழ்த்தப்பட்டவர்கள், மலைவாழ் மக்கள், புதிய பௌத்தர்கள், உழைக்கும் மக்கள், நிலமற்றவர்கள், ஏழை விவசாயிகள், பெண்கள், அரசியல் ரீதியாகவும் மதத்தின் பெயராலும் பொருளாதார ரீதியாகவும் சுரண்டப்படும் அனைவருமே தலித்துத்துகள்தான்.[7] என்பது முக்கியமான கருத்தாகும். வரலாற்றில் தாழ்த்தப்பட்ட மக்களைத் திருக்குலத்தார், ஆதிதிராவிடர், பழந்தமிழர், ஹரிசன், தாழ்த்தப்பட்டோர், தீண்டத்தகாதவர், பறையர், பஞ்சமர், அட்டவணை இனத்தினர், சண்டாளர், புலையர், அவர்ணத்தார் என ஆதிக்கச் சாதியினர், பல பெயரிட்டுத் தங்களின் விருப்பத்திற்கேற்ப அழைத்து வந்துள்ளனர். இன்றைய காலகட்டத்தில்தான், இவர்கள் தங்களுக்குத் தாங்களே தலித் என்று பெயரிட்டுக்கொண்டு, திரளத் தொடங்கியுள்ளனர். இதனைப் பெயரிடுதலின் அரசியல் என்று கூறலாம். தலித் என்ற பெயர் மராட்டிய மொழிச் சொல்லிருந்து தமிழுக்கு வந்துள்ளது. இச்சொல் ஹீப்ரு மொழியிலிருந்து சமஸ்கிருத மொழிக்கு வந்து அங்கிருந்து மராட்டிய மொழிக்கு வந்ததாகக் கருதப்படுகிறது. ஒடுக்கப்பட்டவர், நொறுக்கப்பட்டவர், பள்ளத்தில் வாழ விதிக்கப்பட்டவர் என்றெல்லாம் பொருள் தரும் இந்தச் சொல் தலித்துகளினுடைய வேதனையின் குரலாகவும் எதிர்ப்பின் குறியீடாகவும் விளங்குகிறது.[8] தலித் என்ற சொல் சமூக ரீதியாகவும் அரசியல் ரீதியாகவும், இலக்கிய ரீதியாகவும் முக்கியத்துவம் பெற்றுள்ளது.

ஆதிதிராவிடர், தாழ்த்தப்பட்டோர், கீழ்சாதியினர், அட்டவணைச் சாதியினர், தொல் குடிமக்கள் மற்றும் அரசியலிலும் பொருளாதாரத்திலும் சுரண்டப்படும் அனைத்து ஒடுக்கப்பட்ட மக்களையும் தலித் என்னும் சொல்லால் குறிப்பிடலாம். தலித் (Dalit) என்ற வார்த்தை குறித்து இறையிலறிஞர் மறைதிரு. எம். அசரியா கூற்றுப்படி, இந்த வார்த்தை கிறித்துவர்களின் பரிசுத்த வேதாகமத்திலிருந்து கண்டுபிடிக்கப்பட்ட எபிரேய வார்த்தையாகும். எபிரேய மொழியில் 'Dall' என்றும் சமஸ்கிருத மொழியில் Dal என்றும் காணப்படுகிறது. 'Dall' என்னும் சொல் வேதாகமத்தில் குனிந்துபோவது, தாழ்ந்து போவது, பலவீனம் அடைவது போன்ற பொருள்களில் பயன்படுத்தப்பட்டுள்ளது. எபிரேய மொழியில் தல் என்ற சொல் உடலில் பல மாற்றங்கள், சமூகத்தில் ஒரு பொருட்டாக மதிக்கப்படாதவர்கள், நிலையற்றவர்கள் எனப் பல பொருள் குறித்த ஒரு சொல்லாக அமைந்துள்ளது.[10] தலித் என்னும் சொல் சாதியைக் குறிப்பதற்காகப் பயன்படுத்தப்பட்டாலும் அது விடுதலைக் கருத்தியலாக, ஒடுக்கப்பட்டோரை ஒன்றிணைக்கப் பயன்படுத்தப்படும் சொல்லாகும். தலித் என்பவர்கள் தீண்டத்தகாதவர்களும் தீண்டாமைக்கு ஆளாகாவிட்டாலும் மிகுந்தத் துன்பங்களுக்கும் துயரங்களுக்கும் உட்பட்டுச் சிதறிப் போயிருக்கும் சிறுபான்மையினரின் பிரதிநிதிகளும் ஆவார்கள். அதாவது தலைமுறை தலைமுறையாகப் பொருளாதார ரீதியாகவும் சமுதாய அமைப்பு ரீதியாகவும் கல்வி மற்றும் அரசியல் ரீதியாகவும் ஒடுக்கப்பட்டவர்கள் மட்டுமே தலித்துகள் என்பதைத் தெளிவாகப் புரிந்துகொள்ள வேண்டும்.[11] தீண்டத்தகாதவர்கள், ஒடுக்கப்பட்டவர்கள், தாழ்த்தப்பட்டவர்கள், ஹரிஜன், ஆதிதிராவிடர் என்ற பல பதங்களில் அழைக்கப்பட்டவர்கள் தலித் என்ற ஒற்றை அடையாளத்தைத் தேர்ந்தெடுத்ததன் வழியாகத் தங்களது அரசியல் நிலைப்பாட்டைத் தெளிவுப்படுத்திவிட்டனர். இது எதிர் கதையாடல் மரபைச் சேர்ந்த ஒன்றாகும். இத்தனை ஆண்டு காலம் ஒடுக்கப்பட்டோராக இருந்து, இனி அதிலிருந்து மீட்சி பெறுவதற்கான முன்னெடுப்புகளை முன்வைப்பதாகத் தலித் என்ற சொல் கையாளப்படுகிறது. சாதியமைப்பை ஒழிக்க முற்படும் தீண்டத்தகாத மக்கள் தமக்குத்தாமே

இட்டுக்கொண்ட அடையாளமே[12] தலித் என்பதாகும். தலித் என்ற சொல் சமூகத்திலும் அரசியலிலும் இலக்கியத்திலும் ஏற்படுத்தியிருக்கின்ற அதிர்வு மிகப் பெரியதாகும். தாழ்த்தப்பட்ட சாதிகள் அனைத்தையும் தலித் என்ற சொல் ஒன்றிணைத்திருக்கிறது. அதனால் சமூக, அரசியல், இலக்கிய ரீதியாகப் புதிய மறுமலர்ச்சி ஏற்பட்டுள்ளது.

வலிகளையும் வேதனைகளையும் சுமந்து, அலைந்து திரிகின்ற தலித்துகளின் வாழ்க்கை இலக்கியங்களாக மாற்றப்படுகின்றன. தலித் இலக்கியம் எப்படி இருக்க வேண்டும் என ராஜ் கௌதமன் குறிப்பிடும்போது, தலித் இலக்கியம் சுகமான வாசிப்புக்கு உரியதல்ல. படிப்பவர்கள் சூடாக வேண்டும். முகம் சுளிக்க வேண்டும். சாதி மதமெல்லாம் இல்லை என்று சொல்லிக்கொண்டிருப்பவர்களுக்குள் புதைந்திருக்கிற சாதி, மதக் கருத்தியலைத் தோலுரித்துக்காட்ட வேண்டும். அவர்களுக்குக் குமட்டலை ஏற்படுத்த வேண்டும். நாகரீகமும், நாசூக்கும் பார்ப்பது மிதிபட்டவன் காரியமல்ல. படிப்பவனின் இதயமும் கண்களும் சிவக்க வேண்டும். அதன் பிறகே தலித் இலக்கியம் வந்துவிட்டதாகக் கருதமுடியும்.[13] எனக் குறிப்பிட்டுள்ளார். உண்மையில் தலித் இலக்கியம் என்பது உண்மைகளை எந்தவிதமானப் போலியும் புனைவும் இல்லாமல் சொல்வதுதான். தலித் அல்லாதோர், தலித் இலக்கியத்தைப் படிக்கின்றபோது, அவர்களைப் பதற்றம் பற்றிக்கொள்ள வேண்டும். தலித்துகள் இப்படியான மோசமான வாழ்க்கையைத் வாழ்வதற்குத் தம்மைப்போன்ற சாதிக்காரர்களே காரணம் என நினைக்கும்படியாகத் தலித் இலக்கியம் எழுதப்படல் வேண்டும். அப்பொழுதுதான் தலித்துக்களின் வேதனைகளை உணரச்செய்யமுடியும். இந்த மையத்தை அடிப்படையாக வைத்தே தலித் இலக்கியங்கள் பல மொழிகளில் எழுதப்பட்டுள்ளன.

தலித் தன்வரலாறுகள்

தலித் இலக்கியத்தின் ஒரு அங்கமான தலித் தன்வரலாறுகள் தோன்றிய வரலாறு சுவையானது. அம்பேத்கார் நூற்றாண்டையொட்டி, மராத்தி மொழியில் தலித் தன்வரலாறுகள் ஏராளமாக எழுதப்பட்டன. அத்தன்வரலாறுகள் பெரும் கொந்தளிப்பை ஏற்படுத்தின. மராத்தி மொழியைத்

தொடர்ந்து கன்னடத்திலும் தமிழிலும் தலித் தன்வரலாறுகள் வெளிவந்தன. தலித் தன்வரலாறுகள் தலித் அல்லாத தன் வரலாறுகளிலிருந்து முற்றிலும் வேறுபட்டு இருந்தன. மேலும், இதுவரைச் சொல்லப்படாத வாழ்க்கை அனுபவங்களின் தொகுப்புகளாகத் தலித் தன்வரலாறுகள் இருந்தன. தன்வரலாறு என்பது ஒடுக்கப்பட்ட எழுத்தாளர் ஒருவரின் வாழ்வோடு மட்டும் குறுகிப் போய் விடுவதில்லை. அது ஒரு சமூக அமைப்பின் விரிந்துரையும் சித்திரிப்பின் நீட்சியுமாகும். இன, மொழி, அநீதி, சுரண்டல் மற்றும் இத்தீமைகளுக்கெல்லாம் ஆளான மக்களின் எதிரப்புக் குரலாகும்[9] என்று அர்ஜுன் டாங்ளே குறிப்பிடுவதுபோல, தலித் தன்வரலாறுகள் எதிர்ப்புக் குரல்களாகப் பதிவு பெற்றுள்ளன. இந்தியாவில் காணப்படுகிற சாதி, மதங்களை விமர்சனம் செய்வதாகத் தலித் தன் வரலாறுகளின் தன்மைகள் அமைந்துள்ளன. தலித் தன்வரலாறுகள் தலித் அல்லாத தன்வரலாறுகளிலிருந்து எவ்வாறு வேறுபட்டு உள்ளன எனக் காணலாம்.

இந்திய அளவில், தலித் இலக்கியங்கள் எழுதப்பட்ட அளவிற்குத் தலித் தன்வரலாறுகள் எழுதப்படவில்லை. தலித் அல்லாத தன்வரலாறுகளிலிருந்து முற்றிலும் வேறுபட்ட வாழ்க்கையைத் தலித் தன்வரலாறுகள் விவரித்துள்ளன. தலித் அல்லாத பெரும்பாலானத் தன்வரலாறுகள் மேட்டிமைச் சிந்தனைமுறைகளைத் தாங்கி நிற்கின்றன. அரசியல், திரை, இலக்கியம், சமூகம், பொருளாதாரம், மருத்துவம், கல்வி, விளையாட்டு, அறிவியல், தொழில் நுட்பம் போன்ற துறைகளில் வெற்றிபெற்றவர்களே பெரும்பாலும் தலித் அல்லாத தன் வரலாறுகளை எழுதியுள்ளனர். ஆனால், தலித் தன்வரலாறுகளை எழுதியவர்கள் சாதாரண வாழ்க்கையை வாழ்ந்தவர்கள். வாழ்ந்து கொண்டு இருப்பவர்கள். அதனால், அவர்களுடைய வாழ்க்கை எளிமையாக உள்ளது. இதுவரைக் குறிப்பிட்டத் துறைகளில் வெற்றிபெற்றவர்கள் மட்டுமே தன்வரலாறுகளை எழுத வேண்டும் என்ற புனிதங்களை உடைத்து எழுதப்பட்டவை தலித் தன்வரலாறுகள்.

தமிழில் எழுதப்பட்டுள்ள தலித் அல்லாத தன்வரலாறுகளிலிருந்து முற்றிலும் மாறுபட்ட வாழ்க்கை

முறையைத் தலித் தன்வரலாறுகள் கூறியுள்ளன. சிலத் தன்வரலாறுகளை எடுத்துக் கூறுவதன் வழியாக இதனைப் புரிந்துகொள்ள முடியும். தமிழில் எழுதப்பட்டுள்ள தன் வரலாறுகளில் புதுவை ஆனந்தரங்கம் பிள்ளையின் நாட்குறிப்பு மிக முக்கியமானதாகும். அவருக்குப் பின்னர் வ.உ.சி. தனது சுயசரிதத்தை இரண்டு பாகங்களாக எழுதியுள்ளார். 1910 ஆம் ஆண்டு தேசத் துரோகத் தண்டனைக் கைதியாகக் கோயம்புத்தூர் சிறையில் இருந்தார். அப்பொழுது அவரது நண்பர் பரலி சு.நெல்லையப்பர் சுயசரிதை எழுதுமாறு வ.உ.சியிடம் கூறினார். 1930 ஆம் ஆண்டு காந்தி பத்திரிக்கையாசிரியரான டி.எஸ்.சொக்கலிங்கம் கேட்டுக்கொண்டதன்படி வ.உ.சி. தன் சுயசரிதையின் இரண்டாம் பகுதியை அகவற்பாவில் எழுதினார். 1946 ஆம் ஆண்டு இரண்டு பகுதிகளும் ஒன்றாகச் சேர்க்கப்பட்டு நூலாக வெளிவந்தது. வ.உ.சி. சுயசரிதையில்,

காலை யொன்றில் கழறிய ஜெயிலர்
சாலவும் வேகமாச் சார்ந்தென அரங்கினை
வா வென் றழைத்தான். காவென் றிறைவனைத்
தொழுதவன் பின்னே துரிதமாக நடந்தேன்.
பழுதிலா கேற்றுப் பக்கம் சென்றதும்
வெளியில் ரிசர்வ் போலீஸ் வெள்ளை
ஒளிஇன்ஸ் பெக்டர் ஒருவனும் கருப்புக்
கான்ஸ்டபிள் இருவரும் தோன்றினர் என்முன்
இட்டுச் செல்லலாம் என்றனன் ஜெயிலர்[14]

என்று குறிப்பிட்டுள்ளார். வ.உ.சியின் சுயசரிதையில் அவரது சிறுவயது அனுபவங்கள் மிகக் குறைவாக இடம் பெற்றுள்ளன. சட்டம், நீதி, சிறை அனுபவம், தூக்குத்தண்டனை பற்றிய செய்திகள் அதிகமாக இடம் பெற்றுள்ளன. உ.வே. சாமிநாதையர், சுப்பிரமணிய பாரதி, திரு.வி. கலியாணசுந்தரம், நாமக்கல் வெ.இராமலிங்கம், தி.செ.சௌ.ராஜன், சுத்தானந்த பாரதியார், ம.பொ.சிவஞானம், நெ.சு.சுந்தரவடிவேலு, கலைஞர் மு.கருணாநிதி, த.ஜெயகாந்தன் போன்ற பலருடைய தன்வரலாறுகள் வெற்றிபெற்றவர்களின் தன்வரலாறுகளாக அடையாளப்படுத்தப்படுகின்றன. இத்தன்வரலாறுகள் வாழ்க்கையில் வெற்றி பெறுவது எவ்வாறு என்ற மையத்தை நோக்கி நகர்வதாக எழுதப்பட்டிருக்கின்றன. மேலும் வாழ்க்கையில்

வெற்றி பெற வேண்டுமா இந்தத் தன்வரலாறுகளைப் படியுங்கள் என்று வழிகாட்டும் தன்வரலாறுகளாக இவைகள் உள்ளன. தலித் தன்வரலாறுகள் அப்படி அல்ல. வெற்றி பெற்ற தலித்துகளின் வரலாறுகளும் தோல்வி அடைந்தவர்களின் வரலாறுகளும் தன் வரலாறுகளாக உள்ளன. ஆயிரம் பக்கங்கள் கொண்ட என் சரித்திரம் நூலின் ஓரிடத்திலும், ஒரு மனிதனைப் பற்றிய காழ்ப்பும் வெறுப்பும் பதிவாகவில்லை. உ.வே.சா தான் வாழ்ந்த காலகட்டத்தைப் பற்றிக் குறிப்பிடும்போது, மேல்/கீழ் என்ற பாகுபாடு இல்லாமல் எல்லோரும் மகிழ்ச்சியாக, சமமாக வாழ்ந்ததைப் போல் எழுதியிருப்பார். உத்தமதானபுரத்தில் தச்சர், கொல்லர், தட்டார், வலைஞர், நாவிதர், வண்ணார் என்பவர்களுக்கும் மான்யங்களுண்டு. அவர்கள் அவற்றை அனுபவித்துக் கொண்டு தத்தம் வேலைகளை ஒழுங்காகப் பார்த்து வந்தார்கள் (உ.வே.சாமிநாதையர், 2017:6) மூப்பச் சாதியார் முதலிய குடியானவர்களிற் பலர் அந்தணர்களுடைய நிலங்களைக் கவனித்துக்கொண்டு அவர்களுடைய நிலங்களைக் கவனித்துக்கொண்டு அவர்களுடைய மனைக்கட்டுகளில் குடியிருந்து வந்தனர். அவர்கள் அந்த நிலங்களைக் கண்ணுங் கருத்துமாகப் பாதுகாத்து வந்தார்கள். தம் யஜமானர் வீடுகளில் அவசியமான வேலைகளையும் குறைவின்றிச் செய்து வந்தனர். வெற்றிக்காக அவர்களுக்கு அந்தணர்கள் எல்லா வசதிகளையும் கொடுத்து ஒரு கவலையும் ஏற்படாமல் பார்த்து வந்தார்கள். அதனால் அவர்கள் அடைந்த திருப்தி பெரிதாக இருந்தது. (உ.வே.சாமிநாதையர், 2017:6-7) மேலும், சூரியோதய காலத்தில் வீடுதோறும் ஜபம் செய்யும் அந்தணர்கள் மண்வெட்டி அரிவாளை எடுத்துக்கொண்டு வயல் வேலைகளில் ஈடுபட்டார்கள் என்று குறிப்பிட்டுள்ளார். யாரையும் குற்றம், குறைகள் சொல்லிவிடக் கூடாது என்பதில் மிகக் கவனமாகப் பதிவுசெய்துள்ளார்.

ம. பொ. சிவஞானம் தன்னுடைய எனது போராட்டம் என்ற தன் வரலாறில், தன் இளமைக்காலம் குறித்து இப்படியாகக் குறிப்பிடுகிறார். சென்னையில் ஆயிரம் விளக்கு எனப்படும் வட்டத்திலேயே 'சால்வன் குப்பம்' என்னும் பகுதியிலே நான் பிறந்தேன். சால்வன் குப்பமானது இப்போது சாணான் குப்பம் என்று வழங்கப்படுகிறது. நான் பிறந்த வட்டத்திற்கு 'ஆயிரம் விளக்கு' எனப் பெயரிருப்பினும் என்னைப் பெற்றெடுத்த

குடும்பம் வறுமை என்னும் இருள் சூழ்ந்ததுதான். என்ன செய்வது? அது பிறப்பிலேயே நான் பெற்ற வந்த வரம்[15] என்று தன் பிறந்த இடம் குறித்துக் கூறியுள்ளார். வறுமையான வாழ்க்கைச் சூழலில் பிறந்த ம.பொ. சிவஞானம் ஏன் வறுமை? எதனால் வறுமை? ஏற்பட்டது. அந்த வறுமை தன் வாழ்க்கையை எவ்வாறு பாதித்தது எனக் கூறாமல் கடந்து சென்று விடுகிறார். தன் வாழ்க்கையை விரிவாகவும் நுட்பமாகவும் அவர் பதிவு செய்திருந்தால், அவர் வாழ்ந்த காலகட்டத்தில் சென்னையின் பண்பாட்டைப் புரிந்துகொண்டிருக்கலாம். ஆனால், அவரது தன்வரலாறு இயக்க வரலாறாக மட்டுமே சுருங்கிவிட்டது.

கவிஞர் வைரமுத்து தான் நூலகம் சென்று படித்த அனுபவத்தைப் பற்றிக் குறிப்பிடும்போது, என் மனசுக்குள் இருந்து மிருகத் தோலைச் சுரண்டி அதை ஒரு பூப்பிரதேசமாய்ப் புனிதப்படுத்தியது[16] என்று பூரித்துக்கொள்கிறார். இதேபோல் தனக்குச் சொல்லிக்கொடுத்த ஆசிரியர்கள் பற்றிக் கூறுமிடங்களில் நெ.து. சுந்தரவடிவேலு பூரித்துப்போகிறார். இப்படியான பூரித்துப்போகின்ற அனுபவங்கள் தலித் அல்லாத தன்வரலாறுகளில்தான் நிரம்பிக் கிடக்கின்றன. பூரித்துச் சொல்கின்ற அனுபவங்கள் தலித்துகள் வாழவில்லை. தலித் தன்வரலாறுகள் இதுபோன்ற வியப்புகளைப் பதிவு செய்யவில்லை. போலிப்பெருமிதங்களைத் தலித் தன்வரலாறுகள் தவித்துள்ளன.

தலித் அல்லாத தன்வரலாறுகள் எழுதப்பட்டதைப் போலத் தலித் வாழ்க்கையை மேம்போக்காக எழுதிவிட முடியாது. அவை சமூகத்தைப் பிரதிபலிக்கக் கூடியவை. சமூகத்தில் இருக்கக்கூடிய ஏற்றத் தாழ்வுகளையும் தாம்பட்ட அவமானங்களையும் சமூக இழிவுகளையும் பிரதிபலிக்கின்ற வகையில் தலித் தன்வரலாறுகள் எழுதப்பட்டுள்ளன. அதனால்தான் அவைகள் தலித் அல்லாத தன்வரலாறுகளிலிருந்து தனித்து நிற்கின்றன. தலித் தன்வரலாறுகள் வலியைப் பேசுகின்றன. அவமானத்தைப் பேசுகின்றன. உண்மையைப் பேசுகின்றன.

தலித் தன்வரலாறுகள் சுயத்தைத் தேடுகின்றன. அதாவது தொலைந்துபோன வாழ்க்கையில், எங்கோ ஒரு மூலையில் காணாமல் போன வாழ்க்கையை மறுவிசாரனை செய்து சுயத்தைத் தேட முயல்கின்றன. உயர் சாதியினர் கொடுக்கும்

வெவ்வேறு அடையாளங்களைச் சுமந்து திரிகிற தலித்துகளுக்குத் தன்னுடையச் சுயம் மறந்து போகின்றது. என் சுயம் இதுதான் எனச் சொல்வதற்கான வழிதான் தலித் தன்வரலாறு என்ற வடிவம். சுயத்தைத் தேடுகின்ற முயற்சியில் தாங்கள் அனுபவித்த வேதனையான வாழ்க்கையை எந்தவிதப் பூடகமும் இல்லாமலும் ஒளிவு மறைவில்லாத பதிவுகளாகவும் உள்ள அனுபவங்களைத் தலித் தன்வரலாறுகள் விரிந்துரைக்கின்றன. அரவிந்த் மாளகத்தி ஒரு பல்கலைக்கழகப் பேராசிரியர். சிறு வயதில் தன் பாட்டியோடு அழைக்கப்படாத விருந்து ஒன்றில் கலந்துகொள்கிறார். தன் பாட்டியோடு சேர்ந்து சோற்றைத் தலையில் மறைத்து எடுத்துக் கொண்டு வந்ததைப் பதிவு செய்துள்ளனர். நாடகப் பேராசிரியரான கே.ஏ.குணசேகரன் பாட்டிலில் எண்ணை வாங்கிக்கொண்டு வரப்பில் நடந்து வருகிறார். அதே வரப்பில் எதிரே ஆதிக்கச் சாதிக்காரர் நடந்து வருவதைப் பார்த்தவுடன், கே.ஏ.குணசேகரன் ஒரு காலை வரப்பிலும் ஒரு காலைச் சேற்றிலும் வைத்து வயலில் இறங்கி நிற்கிறார். தலித் சாதியைச் சேர்ந்த நீ இப்படி நிற்பது தன்னை அவமானப்படுத்துவது எனக் கூறிக் கே.ஏ.குணசேகரன் கன்னத்தில் அடிக்கிறார். இரண்டு கால்களையும் சேற்றில் வைத்து நிற்காமல் இருந்ததுதான் அடிக்கான காரணம். அரவிந்த மாளகத்தியும், கே.ஏ.குணசேகரனும் பேராசிரியர்கள். தாங்கள் அனுபவித்த வேதனைகளைக் கூறினால் சமூகம் என்ன நினைக்குமோ என நினைக்காமல், வெளிப்படையாக இருவரும் எழுதியுள்ளார். இம்மாதிரியான நிகழ்வுகளை இவர்கள் தவிர்த்திருக்கலாம். ஆனால், தவிர்க்கவில்லை என்பது கவனிக்கவேண்டிய ஒன்றாகும். இப்படியாக அவமானப்பட்ட பல நிகழ்வுகளைத் தலித் தன்வராறுகள் கூறியுள்ளன. நடந்ததை அப்படியே பதிவு செய்ய வேண்டும் என்ற நிலைப்பாட்டால் தலித் தன்வரலாறுகள் தனித்து நிற்கின்றன.

தலித் தன்வரலாறுகள் சமகால மாற்றத்தை விரும்புபவை. எங்கள் காலத்தில் இப்படியான மோசமான வாழ்க்கையை நாங்கள் வாழ்ந்திருக்கிறோம். இப்படியான வாழ்க்கையை இன்றைக்கு வாழக்கூடியத் தலித் தலைமுறையினர் வாழக்கூடாது என்ற விழிப்புணர்வை ஏற்படுத்த முயல்கின்றன. மேலும், சமூக நீதி பேணப்பட வேண்டியதன் அவசியத்தைக் கூறுகின்றன.

இந்தியாவில் வாழ்கின்ற பல்வேறு சாதி மக்களும் சமூக நீதியோடு, சமமாக வாழ்கின்றனர் என்ற மாயையை அதிகாரத்தில் இருப்போர் அவ்வப்போது பரப்புவது உண்டு. பேராசிரியர்களான அரவிந்த் மாளகத்தியும் கே.ஏ. குணசேகரனும் இதுபோன்று தாங்கள் பட்ட அவமானங்களை எழுதாமல் விட்டிருக்கலாம். ஆனால், அவர்கள் எதையும் மறைக்கவில்லை. இங்கு சாதியை மையமாகக் கொண்டே மனிதர்கள் நடத்தப்படுகின்றனர். குறிப்பாகத் தலித் சமூகத்தினர் பிற சாதியினரால் மிக மோசமாக நடத்தப்படுகின்றனர். தலித் எழுத்தாளர்கள் இத்தகைய மோசமான வாழ்க்கையைத் தன்வரலாறுகள் வழியாகப் பகிர்ந்து கொள்கின்றனர். தலித் தன்வரலாறுகள் வெறுமனே பதிவுகள் மட்டும் அல்ல. எதிர்ப்புக் குரலாகப் பதிவாகியுள்ளன. இந்தச் சமூகம் தந்த படிப்பினைகளை இந்தச் சமூகத்திற்கே, கண்ணாடிபோல் காட்டியுள்ளன. எனக்கு இந்தச் சமூகத்தில் மோசமான வாழ்க்கைச் சூழல் இருந்தது. இந்தச் சமூகம் கேள்விகள் கேட்கப்பட வேண்டியச் சமூகம்தான் என்பதைச் சொல்வதற்காக இத்தகையத் தலித் தன்வரலாறுகள் எழுதப்பட்டன. தலித் தன் வரலாறுகளில் எதிர்ப்புக் குரல்கள் பதிவாகியிருப்பதனை மறுக்க இயலாது. பாமாவின் கருக்கு தன் வரலாறில் பாமா பேருந்தில் பயணம் செய்கிறார். உயர் சாதியைச் சேர்ந்த பெண் பாமா பக்கத்தில் அமராமல் நின்று கொண்டே பயணம் செய்கிறார். இந்த நிகழ்வைத் தன் சாதியைச் சொல்லி பாமா எதிர்க்கிறார். பாமா மட்டுமல்ல சரண்குமார் லிம்பாலே உட்பட தலித் தன்வரலாறு எழுதிய பலரும் எதிர்ப்புக் குரல்களைப் பதிவு செய்துள்ளனர்.

தலித் தன்வரலாறுகளை எதிர்ப்பு இலக்கியங்கள் என்று அழைத்தாலும் தவறில்லை. அதேபோல் இத்தன்வரலாறுகளில் பதிவாகியுள்ள நிகழ்வுகள் அதிர்வுகளை ஏற்படுத்தக் கூடியவை. நம் சமகாலத்தில் வாழ்கின்ற தலித்துகளுக்கு நிகழ்த்தப்பட்டிருக்கும் கொடூரங்கள் ஏராளம். அதனையெல்லாம் மிக விரிவாகவும் நம்பகத் தன்மையோடும் தலித் தன்வரலாறுகள் பதிவுசெய்துள்ளன. பல்கலைக்கழகப் பேராசிரியரான அரவிந்த மாளகத்தி உயர்சாதிக்காரரர் வீட்டில் தேநீர் அருந்தச் சென்ற அனுபவத்தை எழுதியுள்ளார். உயர்சாதிக்காரரர் பொதுவுடைமை பேசுபவர். அவர் வீட்டில் அரவிந்த மாளகத்திக்குத் தேநீர்

தரப்படுகிறது. குடித்து முடித்தப்பிறகு, அவரவர் அருந்திய தேநீர் தம்ளரை அவரவரே கழுவி விட வேண்டும் என்று சம நீதி பேசும் உயர்சாதிக்காரர் சொல்லும்போது, படித்த சமூகமும் தீண்டாமை கடைபிடிப்பதை தன்னால் ஏற்கமுடியாத சூழலைக் கூறியுள்ளார். சாதி இங்கு ஒழியவில்லை. ஒழியவிடாமல் பார்த்துக்கொள்கிறார்கள். தலித்துகள் சாதியை ஒழிக்க முயல்கின்றனர். தலித் தன்வரலாறுகளும் சாதியை ஒழிக்க முயல்கின்றன.

தலித் அல்லாத பல தன்வரலாறுகள் புனிதங்களை இனப் பெருமையாகப் பேசியுள்ளன. தலித் தன்வரலாறுகள் இன, மதவெறி, அநீதி, சுரண்டல் போன்றவைகளுக்கு எதிராகக் குரல் கொடுத்துள்ளன. இதுவரை எழுதப்பட்டுள்ள தலித் அல்லாத தன்வரலாறுகள் பேசியுள்ள புனிதங்களைத் தலித் தன்வரலாறுகள் மறுத்துள்ளன. உடைத்துள்ளன. இதற்கு மிகப் பொருத்தமான உதாரணம். தலித் ஆண்களால் எழுதப்பட்ட தலித் தன்வரலாறுகளில் பெண்களே நிரம்பியுள்ளனர். தலித் பெண்கள் தலித் ஆண்களை அடிக்கின்றனர். மாட்டுக்கறி உண்கின்றனர். பிணத்திற்கு முன்பாக விழும் காசுகளைப் பொறுக்குகின்றனர். மாட்டுச் சாணத்தில் உள்ள தானியங்களைச் சேகரித்துக் கூழ்காய்ச்சிக் குடிக்கின்றனர். இதெல்லாம் புனிதங்களை மறுக்கும் பதிவுகள். இப்படித்தான் தன்வரலாறுகள் எழுதப்பட வேண்டும் என்பதனை மாற்றி, எப்படி வேண்டுமானாலும் தன்வரலாறுகள் எழுதலாம் என்பதனைத் தலித் தன்வரலாறுகள் பதிவு செய்துள்ளன. தலித் அல்லாத தன்வரலாறுகளில் ஆண்கள் உயர்ந்தவர்களாகக் கட்டமைத்து எழுதியிருப்பதனைக் காணமுடிகின்றது. தலித் தன்வரலாறுகளில் இந்நிலை உடைக்கப்பட்டுள்ளது.

தலித் தன் வரலாறுகளின் தொடக்கம் என்பதே புனிதத்தை உடைப்பவை. சித்திலிங்கையா தனது ஊரும் சேரியும் தன்வரலாற்றின் தொடக்கத்தில், வயலில் மாடுகளின் கழுத்தில் கட்டப்படும் நுகத்தடியைச் சித்திலிங்கையாவின் தந்தை, கழுத்தில் மாட்டிக் கொண்டு உழக் கூடிய காட்சியைப் பதிவு செய்துள்ளார். அரவிந்த மாளகத்தி கவர்ன்மெண்ட் பிராமணன் தன்வரலாற்றில், பிணத்தின் மேல் இறைக்கப்படும் காசுகளைப்

பொறுக்குவதையும் திருமணத்தில் சோற்றுக்காக அடித்துக் கொள்ளும் நிகழ்வையும் தொடக்கமாகப் பதிவு செய்துள்ளார். பேபி காம்பிளி சுதந்திரக் காற்று தன் வரலாற்றில், தன் இறப்புக் குறித்துப் பதிவு செய்துள்ளார். ஓம்பிரகாஷ் வால்மீகி ஜுதான் தன்வரலாறில், சுஹ்ரா சாதியைச் சேர்ந்தவர்களின் குடிசைகளுக்கு அருகிலேயே கிராமப் பெண்கள் மலம் கழிப்பதைத் தொடக்கமாகப் பதிவு செய்தள்ளார். ஒய்.பி. சத்தியநாராயணா என் தந்தை பாலய்யா தன் வரலாறில், தொடக்கத்தில் மனைவியின் இறந்த உடலைச் சுமந்து நடக்கும் இந்த மனிதர் கிராமத்தின் ஹறிஜன்வாடா என்றழைக்கப்படும் தீண்டத்தகாதவர்கள் வாழும் பகுதியைச் சேர்ந்தவர். இருள் முழுவதும் கவிழ்ந்து விடுவதற்குள் ஓடையை அடைந்துவிட வேண்டும் என்ற அவசரத்தில் நடந்து கொண்டிருந்தார். தனது மனைவியைப் புதைக்க வேண்டிய குழியை யாருடைய உதவியுமின்றித் தானே வெட்ட வேண்டும் என்ற எண்ணம் ஆட்கொண்டு, அந்த மெல்லிய தூறலிலும் அவருக்கு வேர்த்துக் கொட்டியது. தனக்கு உதவி செய்ய முன் வராத தன் சொந்த சாதிக்காரர்களை எண்ணி மனம் புழுங்கியவர் தனக்காகவும், தன் மனைவிக்காகவும் தாயை இழந்து தவிக்கும் தனது மகனுக்காகவும் துக்கப்பட்டார் என்று அவருடைய பாட்டி இறப்புக் குறித்துப் பதிவு செய்துள்ளார். இதேப் போன்று பல தலித் தன்வரலாறுகள் தொடக்கத்திலேயே புனிதத்தை உடைத்துள்ளன. தன்வரலாறு எழுதுவோர் தன்வரலாறின் தொடக்கத்தில் சாதி, குலம், சாதிப் பெருமை, ஊர்ப்பெருமை போன்றவற்றைப் பதிவு செய்ய வேண்டும் என்ற பிம்பத்தைத் தலித் தன்வரலாறுகள் உடைத்துள்ளன. எங்கள் வாழ்க்கை முற்றிலும் மாறுபட்டது என்பதை வெளிப்படையாக அறிவித்துள்ளன தலித் தன்வரலாறுகள் தொடக்கத்தில் புனிதங்களுக்கு மாற்றாக அபுனிதங்களைப் பதிவு செய்துள்ளன.

தலித் தன்வரலாறுகளில் தொடக்கம் புனிதங்களை எப்படி மறுக்கின்றவோ அதனைப் போல முடிவும் புனிதங்களை மறுத்துள்ளன. ஜுதான் தன் வரலாறில், ஓம்பிரகாஷ் வால்மீகி, ‘என்னுடைய சூழல், என்னுடைய பொருளாதாரச் சூழல்’ ஆகியவற்றுக்கேற்ப நான் ஒரு கண்ணோட்டத்திற்கு வந்து சேருவதும் ஆணவமாம். காரணம், அவர்கள் கண்ணோட்டத்தில்

நான் தாழ்த்தப்பட்ட சாதிக்காரன்; கதவுக்கு வெளியே நிற்பவன்[17] என்று முடித்துள்ளார். எழுத்தாளராக ஒரு தலித் இருந்தால் அவரை ஆணவக்காரன் என்று முத்திரை குத்துகின்ற ஒரு சமூகத்தில் வாழவேண்டியுள்ளது என்று ஓம்பிரகாஷ் வால்மீகி குறிப்பிட்டுள்ளார். மேலும், தலித் என்ற கண்ணோட்டம் மறையாதவரைத் தலித்துகள் பொது சமூகத்தோடு கலக்க முடியாது எனக் கூறியுள்ளார். சரண்குமார் லிம்பாலே அனார்யா தன்வரலாறில், நான் முறைகேடாகப் பிறந்தவன் என்று அவர்கள் கருதுகிறார்கள் என்றால். நான் எந்த மதிப்பீடுகளைப் பின்பற்ற வேண்டும்.[18] என்ற கேள்வியோடு நிறைவு செய்துள்ளார். அரவிந்த் மாளகத்தி கவர்மெண்ட் பிராமணன் தன்வரலாறில் பெருமைப்பட்டுக்கொள்ளத்தக்க விஷயங்களைச் சொல்வதைப் போலவே அருவருப்பூட்டும் விஷயங்களாக இருந்தாலும்கூட மனம் திறந்து எதை வேண்டும் என்று சொல்லவே நான் விரும்புகிறேன்[19] என்று முடித்துள்ளார். வாழ்க்கையில் நடந்த மோசமான அனுபவங்களையும்கூடத் தன்வரலாறுகளில் மனம் திறந்து பதிவு செய்ய வேண்டும். தலித் தன்வரலாறுகள் மோசமான அருவருப்பூட்டும் பல நிகழ்வுகளைப் பதிவு செய்துள்ளன. தலித் தன்வரலாறுகளை முடிக்கும்போது சுபம் என்பது போல நிறைவாக வாழ்ந்துவிட்ட வாழ்க்கையின் ஒரு சாட்சியமாக இத்தன்வரலாறுகள் இருப்பதாகக் கூறவில்லை. தமக்கு ஏற்பட்ட வலிகளும் வேதனைகளும் மறைவில்லாமல் சொல்லப்பட்டுள்ளதாகவே முடித்துள்ளனர். இந்நிலைப்பாடே தலித் அல்லாத தன்வரலாறுகளிலிருந்து தலித் தன்வரலாறுகளை முற்றிலும் மாறுபட்டு இருப்பதை உறுதிப்படுத்துகின்றன.

தலித் அல்லாத தன்வரலாறுகள் பாலியல் குறித்துப் பேசுவதை அறவே தவிர்த்துள்ளன. பாலியல் சார்ந்த அனுபவங்களைத் தன்வரலாறுகளில் எழுதுவது குற்றமாகப் பார்க்கப்பட்ட நிலையில், தலித் தன்வரலாறுகள் பாலியல் சார்ந்த விடயங்களை மிக வெளிப்படையாகப் பதிவு செய்துள்ளன. குறிப்பாக ஆதிக்கச் சாதியினரின் பாலியல் வன்கொடுமைகளைப் பதிவு செய்துள்ளன.

தன்வரலாறுகள் எளிய கூற்று முறையால் நம்பகத் தன்மையோடு இருத்தல் வேண்டும். தலித் தன்வரலாறுகள்

நம்பகத் தன்மையோடு பதிவு பெற்றுள்ளன. சொல்ல வந்த செய்தியைப் பூடகமாகச் சொல்லாமல் நேரடியாகச் சொல்வதோடு மட்டுமல்லாது, ஒரு கதையைப் போல் சொல்லியிருப்பது கவனத்திற்குறியது. எந்தவொரு நிகழ்வையும் எதார்த்தமாகப் பதிவு செய்திருப்பதோடு அந்த நிகழ்வை நம்பகத் தன்மையோடு தலித் தன்வரலாறுகள் பதிவு செய்துள்ளன. பேபி காம்ப்ளி முதலான தலித் தன் வரலாறுகளை எழுதியவர்கள் வாழ்க்கையில் தமக்கு நடந்த நிகழ்வுகளை நம்பத் தன்மையோடு பதிவு செய்துள்ளனர்.

தலித் தன் வரலாறுகளின் குறிப்பிடத்தக்கச் சிறப்பு என்னவென்றால், ஒற்றைத் தன்மையாக இல்லாமல் பன்முகத் தன்மையில் அமைந்திருப்பதுதான். தலித் அல்லாத தன் வரலாறுகள், எழுதப்பட்டவர்களின் சுய வரலாறாக மட்டுமே சுருங்கி இருக்கின்றது. தலித் தன்வரலாறுகளோ தலித் மக்களின் சமூக வாழ்க்கையைப் பதிவு செய்துள்ளன. கே. ஏ. குணசேகரன், ஒய்.பி. சத்தியநாராயணா, சித்தலிங்கையா, பேபி காம்ப்ளி, ஓம்பிரகாஷ் வால்மீகி போன்றவர்கள் அவர்களுடைய வரலாறுகளை மட்டுமே பதிவு செய்யாமல் அவர்களைச் சுற்றியிருந்த தலித் மக்களின் வாழ்க்கையைப் பதிவு செய்துள்ளனர். அதனால்தான் தலித் தன்வரலாறுகள் ஒற்றைத் தன்மையில் அமையாமல் பன்முகத் தன்மையில் அமைந்திருக்கின்றன. மேலும், தலித் தன்வரலாறுகள் தன்வரலாறுகளாக மட்டுமே சுருங்கி இல்லாமல் சமூக வரலாறுகளாக உள்ளன.

தலித் தன்வரலாறுகளின் தலைப்புகளே அரசியல் செய்வதாக அமைந்துள்ளன. ஓம்பிரகாஷ் வால்மீகி - எச்சில், பேபி காம்ப்ளி - சுதந்திரக் காற்று, அரவிந்த மாளகத்தி - கவர்மெண்ட் பிராமணன், கே.ஏ.குணசேகரன்- வடு, பாமா - கருக்கு, பேபி ஹால்தார் - விடியலை நோக்கி, முத்து மீனாள் - முள், சரண்குமார் லிம்பாலே - நாதியற்றவன், வசந்த் மூன் - ஒரு தலித்திடமிருந்து என்பன போன்ற தலைப்புகள் இதுவரை எழுதப்பட்டத் தலித் அல்லாத தன் வரலாறுகளிலிருந்து முற்றிலும் மாறுபட்டவை. தலித் எழுத்தாளர்கள் வாழ்ந்த வாழ்க்கையின் ஒட்டுமொத்தச் சாரத்தைச் சொல்வதாக இந்தத் தலைப்புகள்

வைக்கப்பட்டுள்ளன. இந்தத் தலைப்புகள் அழகியலுக்கு எதிரானவை. வெளிப்படையாகச் சொல்ல முடியாதவை. அப்படியான வார்த்தைகளைத் தலைப்புகளாக வைத்ததன் மூலம் தலைப்பின் வழி எதிர்ப்பினைக் காட்டியுள்ளனர். தலித் அல்லாதத் தன் வரலாறுகளுக்கு வைக்கப்பட்டுள்ள தலைப்புகள் அழகியல் சார்ந்தாக உள்ளது. வெ. இராமலிங்கம் பிள்ளை - என் கதை, உ.வே.சாமிநாதையர் - என் சரித்திரம், ம.பொ.சி - எனது போராட்டம், வ.உ.சி. தற்சரித்திரம், தங்கவேலன் - எனது வாழ்க்கைப் பயணம், கலாப்ரியா - நினைவின் தாழ்வாரங்கள், பாக்யலஷ்மி - ஸ்வர பேதங்கள், கமலாதாஸ் - என் கதை, ரேவதி - வெள்ளை மொழி போன்ற பல தன் வரலாறுகளில் என், எனது என்கிற தங்களை முன்னிலைப்படுத்திக் கூறியுள்ளனர். தலித் தன்வரலாறுகளின் தலைப்புகள் அமங்கலச் சொற்களாகவும் தலித் அல்லாத தன் வரலாறுகளின் தலைப்புகள் அதிகாரம் சார்ந்தும் அழகியல் சார்ந்தும் உள்ளன.

தலித் தன்வரலாறுகள் தலித் அல்லாத தன்வரலாறுகளிலிருந்து பல விதங்களில் வேறுபட்டு உள்ளன. அழகியல், பண்பாடு, நிலம் குறித்த புரிதல், கூற்று முறை, நேர்கோட்டுத் தன்மையில் கூறாமல் எப்படி வேண்டுமானாலும் சொல்லலாம் என்ற நிலைப்பாடு, சமூக வரலாறாகப் பதிவு செய்தது. இதைச் சொன்னால் தவறாகப் புரிந்துக்கொள்ளப்படுவோமோ என்ற பதற்றமின்மை, எதிர் இலக்கியங்களாகத் தன் வரலாறுகளைச் சொன்ன முறை எனப் பலவற்றைக் கூறலாம். இது மட்டுமே தலித் தன்வரலாறுகளைத், தனித்துவப்படுத்தவில்லை. தலித் தன் வரலாறுகள், எங்களைப் புரிந்து கொள்ளுங்கள், எங்களுக்கும் சுய மரியாதை இருக்கிறது என்பதனைச் சகோதரத்துவ மொழியில் சொல்ல விழைகின்றன. இதன் விளைவாகத், தலித் தன்வரலாறுகள் விரிவான வாசிப்புத் தளத்திற்குள் சென்ற பின்னர் தலித் அல்லாத வாசகர்கள் தலித் மக்களைப் புரிந்துகொள்ள முயல்கின்றனர். அதனால் சமூகத்தில் மாற்றம் நிகழத் தொடங்கியுள்ளது. தலித் மக்களோடு அந்த வாசகர்கள் சகோதர வாஞ்சையோடு இணங்கிச் செல்கின்றனர். தலித் தன்வரலாறுகள் அதைத்தான் எதிர்பார்த்தன. எழுதப்பட்டத் தலித் தன் வரலாறுகளின் வெற்றி என்பது தீண்டாமை,

சாதி இல்லாத சமூகத்தை உருவாக்குவதே. அது கொஞ்சம் நடந்துள்ளது. இன்னும் பல தலித் தன்வரலாறுகள் பலரால் எழுதப்படும்போது சமத்துவம் சாத்தியமாகும். சாதியும் தீண்டாமையும் காணாமல் போகும்.

குறிப்புகள்

1. சிவகாமி, தமிழ் வாழ்க்கை வரலாற்றிலக்கியம், ப.6
2. சுகுமார் ஆழிக்கோ, சுயசரிதை ஒரு விளக்கம், இந்திய ஒப்பிலக்கியம், ப.5
3. *Encychlopaedia, Britannika, Vol.II, P.855*
4. *Sidonie smith and Julia Watson (eds) Women, Autobiography, Theory A Reader, Pg.73*
5. மது.ச. விமலானந்தம், தமிழ் இலக்கிய வரலாற்றுக் களஞ்சியம், தொகுதி-2, ப.1547
6. சா. கந்தசாமி (தொ.ஆ), தமிழில் சுயசரித்திரங்கள், ப.7
7. தலித்தியம், ப.138
8. பா. செல்வகுமார், தலித் இலக்கிய வரலாறு, ப.12
9. அரங்க மல்லிகா, பெண்ணிய குரலதிர்வும் தலித் பெண்ணிய உடல் மொழியும், ப.72
10. வே. பொன்ராஜ், தலித்தியத்தின் நோக்கும், போக்கும், ப.1
11. சிவ. மங்கையர்க்கரசி, இந்திய இயக்கங்கள், ப.103
12. தலித் இதழ், ஏப்ரல், 1997, ப.1
13. காவ்யா சண்முகசுந்தரம் (தொ.ஆ) இலக்கியமும் கோட்பாடுகளும், ப.595
14. சா. கந்தசாமி, தமிழில் சுயசரித்திரங்கள், ப.63
15. மா.பொ. சிவஞானம், எனது போராட்டம், ப.36
16. வைரமுத்து, இதுவரை நான், ப.
17. வெ. கோவிந்தசாமி (தமிழில்) ஜூதான், எச்சில், ப.180
18. எஸ். பாலச்சந்திரன் (தமிழில்) அனார்யா, நாதியற்றவன், ப.181
19. பாவண்ணன் (தமிழில்) கவர்மெண்ட் பிராமணன், ப.159

~

2
தலித் தன்வரலாறுகளில் அழகியல்

ஒவ்வொரு பொருளுக்குள்ளும் அழகு உண்டு. இயற்கையிடத்தோ, கலைஞர்களிடத்தோ அல்லது படைப்பாளர்களால் ஒன்று உருவாக்கப்படும்போதோ அழகியல் வெளிப்படுகிறது. அதனைப் பார்ப்பவர் அப்பொருளுக்குள் அழகியல் இருப்பதாக அறிகிறார். ஒவ்வொருவர் பார்வைக்குப் பின்னாலும் அழகியல் இருக்கிறது. அப்படி வெளிப்படுகின்ற அழகியல் ஒரே மாதிரியாக வெளிப்படுவதில்லை. இலக்கியங்கள், நுண்கலைகளில் இடம் பெற்றுள்ள அழகியலை வெளிப்படுத்தும்போது, மேட்டிமைத் தன்மையோடு சொல்லப்பட்டன. இதன் தொடர்ச்சியாகச் சமூகத்தில் உயர்ந்தோர் ரசனை என்ற ஒன்று உருவாக்கப்பட்டது. அதுவே அனைவருக்குமானது என்ற கற்பிதம் உருவாக்கப்பட்டது. மேல்/கீழ் என்ற பாகுபாடு நிலைநிறுத்தப்பட்டது. இலக்கியங்களில் மேட்டிமைப்படுத்தப்பட்ட அழகியல் முன்நிறுத்தப்பட்டன. அந்த அழகியல் உயர் அழகியலாக வெளிப்பட்டது. பொது இலக்கியங்களுக்கு மாற்றாக வந்த தலித் இலக்கியங்கள், இதுவரை உருவாக்கப்பட்ட அழகியல் கற்பிதங்களை அடித்து நொறுக்கின. அழகியலுக்கான இலக்கணத்தை மாற்றின. தலித் அழகியல் உருவானது. தலித் இலக்கியங்களில் மட்டுமல்ல தலித் இலக்கியங்களில் ஓர் அங்கமாக இருக்கக்கூடிய, தலித் தன்வரலாறுகளில் அழகியல் நுட்பமாகப் பேசப்பட்டது. தலித் அல்லாத தன்வரலாறுகளிலிருந்து முற்றிலும் மாறுபட்ட, வாழ்க்கைச் சூழல்களை மையமாகக் கொண்டவை தலித் தன்வரலாறுகள். தலித் இலக்கியங்களிலிருந்தும் மாறுபட்டவை

தலித் தன்வரலாறுகள். தலித் தன்வரலாறுகளில் தலித்துகளின் வாழ்க்கை உண்மையாகவும் எதார்த்தமாகவும் பதிவு பெற்றுள்ளன. தலித் தன்வரலாறுகள் தலித் அல்லாத தன் வரலாறுகளிருந்து முற்றிலும் மாறுபட்டு இருப்பதோடு தனித்த அழகியலைக் கொண்டுள்ளன. தலித் தன் வரலாறுகளில் இடம்பெற்றுள்ள அழகியல் கூறுகளை வெளிப்படுத்துவதாக இக்கட்டுரை அமைகிறது.

தமிழ்ச் சூழலில் அழகியல் என்பது, உயர்ந்தோருக்கானது என்ற அடிப்படையில் மட்டுமே உருவாக்கப்பட்டுள்ளது. வெண்மை x கறுப்பு, பெருந்தெய்வங்கள் x அடித்தள மக்கள் தெய்வங்கள், பார்ப்பன இசை x பறை இசை, சைவம் x மாட்டுக்கறி, சுத்தம் x அசுத்தம் என்ற இந்தப் பட்டியல் புனிதம் x அபுனிதம் என்ற நிலையில் உருவாக்கப்பட்டது. இந்த அழகியல் மேல்/கீழ் என்ற பாகுபாட்டை அடிப்படையாகக் கொண்டது. இதன் அடிப்படையிலேயே அழகியலுக்கான வரையறைகள் உருவாக்கப்பட்டன.

அழகியல்

அழகியல் மனதோடு தொடர்புடையது அழகியல் என்பதற்கான வரையறைகள் பல உண்டு.

"சுவைப்பவனிடத்துக் காட்சி வடிவிலும், மனவெழுச்சி வடிவிலும் ஏற்படுத்தும் தாக்கங்கள் கலை அனுபவங்கள் என்றும் கூறப்படும்"[1] இத்தகைய அனுபவங்களின் தொகுப்பை அழகியல் என வரையறுக்கின்றோம். "அழகியல் என்பது ஒரு வாழ்வியல் தத்துவமாக நுண்கலைகளின் அனைத்துப் பரிமாணங்களிலும் பிரதிபலிக்கும் ஓர் இடமாக மேலை நாடுகளில் இன்று வளர்ந்துள்ளது"[2]. தமிழ் இலக்கியங்களில் இடம்பெற்றுள்ள அழகியல் குறித்து ஏராளமாக ஆராயப்பட்டுள்ளன. தமிழ் அழகியலுக்கு மாற்றானத் தலித் அழகியல் குறித்து, குறிப்பாகத் தலித் தன் வரலாறுகளில் இடம்பெற்றுள்ள அழகியல் குறித்து விரிவாகப் பேச வேண்டிய தேவை எழுந்துள்ளது. ஏனென்றால், இலக்கியங்கள் என்பன கற்பனையோடு எழுதப்படக்கூடியவை. இலக்கியங்களில் இடம்பெற்றுள்ள அழகியலைப் பேசும்போது, அதில் இடம் பெற்றுள்ள கற்பனையான அழகியலையும்

கவனத்தில் எடுத்துக்கொள்கிறோம். எனவே, இலக்கியங்களில் பேசப்படுகின்ற அழகியல் கற்பனையோடு சேர்ந்த அழகியலை முன்னிறுத்துகின்றன.

தலித் தன்வரலாறுகளில் இடம்பெற்றுள்ள அழகியல் மாறுபட்டவை. உண்மைகளை எந்தவிதப் புனைவுமல்லாமல் எழுதப்பட்டவை தலித் தன்வரலாறுகள். இதில் இடம் பெற்றுள்ள அழகியல் என்பன அப்பழுக்கற்றவை. கற்பனைகள் இல்லாதவை. தூய்மையானவை. தலித் அழகியலை மிக நேர்த்தியாக வெளிப்படுத்தி இருப்பவை தலித் தன்வரலாறுகள். இத்தகையத் தலித் தன்வரலாறுகள், தலித் அல்லாத தன்வரலாறுகளிலிருந்து மாறுபட்டு இருக்கின்றன. தலித் தன்வரலாறுகள் தலித் அல்லாத தன்வரலாறுகளிலிருந்து மாறுபட்டு இருப்பதற்குக் கீழ்க்கண்ட காரணங்கள் அடிப்படையாக உள்ளன.

1. அம்பேத்கரியத்தைத் தனது தத்துவத் தளமாகக் கொண்டுள்ளது. 2. இதுவரைப் புனிதம் எனக் கட்டமைக்கப்பட்டுள்ள அனைத்தையும் கேள்விக்கு உட்படுத்துவது 3. அதிர்ச்சியூட்டுவது 4. கலகக் குரலை வடிவமைப்பது 5. மீறலை முன் நிறுத்துவது 6. மகா எடுத்துரைப்புகளைத் தவிர்ப்பது 7. நாட்டுப்புற மரபைப் பின்பற்றுவது 8. பேச்சுமொழியை முன்நிறுத்துவது 9. சுய வரலாற்றைக் குணமாகக் கொண்டிருப்பது 10. தலித் இலக்கியங்களைத் தலித்துகளே எழுதுவது"[3]. இவைகள் மட்டுமல்லாது தலித் தன்வரலாறுகளை, தனித்துவப்படுத்தக் கூடிய காரணிகள் இருக்கின்றன.

1.அதிகார வர்க்க அழகியல் மறுப்பு 2.அதிகார வர்க்க எதிர்ப்புக்குரல் 3. அடக்கு முறைக்கு எதிரான பதிவுகள் 4. புனிதம் மறுப்பு 5. நேரடியாகக் கூறுதல் 6. சாதி ஒழிப்பு. 7. சமூக நீதியை முன்னிறுத்துவது 8. சமத்துவத்துக்கான குரல் 9. தலித்துகளின் பண்பாட்டை முதன்மைப்படுத்துதல் 10. தலித்துகளின் தனித்துவமிக்க ஒழுக்க நெறிகள் 11. கூட்டு வாழ்க்கை 12. ஆதங்கம் / கோபங்களை வெளியிடுதல் 13. களிப்புகள் / குதூகலங்கள் வெளிப்படுதல் 14. சமத்துவம் பொங்கும் பரவசம், உற்சாகம் 15. கற்பனையின்மை 16. காலக்கண்ணாடியாக இருத்தல் 17. எளிமையான வாழ்பனுபவம்

18. நேரடியான கூற்று முறை 19. சுயசார்புத் தன்மை 20. நிலம் சார்ந்த அரசியலை வளர்த்தல்.

போன்றவற்றைத் தலித் தன்வரலாறுகளின் அடையாளங்களாகவும் அழகியலாகவும் கூறலாம். எதனை வெளிப்படையாகச் சொல்ல முடியாதோ அதனைத் தலித் தன்வரலாறுகள் பகிரங்கமாக வெளிப்படுத்தியுள்ளன. அதனால் தலித் தன்வரலாறுகளை மையம் மறுக்கும் எதிர்ப்பு இலக்கியங்கள் என்று கூறலாம்.

தலித் தன்வரலாறுகளில் மீறல் என்பதே அதன் அழகியலாக இருக்கின்றது. காந்தி அவர்களின் சத்திய சோதனை சுயசரிதையைப் போலவோ, உ.வே.சாமிநாதையரின் என் சரிதம் போலவோ தலித்துகளால் எழுதிவிட முடியாது. காந்தி, உ.வே. சா போன்றவர்களுடைய வாழ்க்கை முறை வேறு, தலித்துகளின் வாழ்க்கை முறை வேறு. தலித் அழகியல் தன்னைத்தானே நிறுவிக்கொள்கிறது. ஏற்கனவே, நிறுவப்பட்டுள்ள இலக்கியத் தரத்திலிருந்து தன்னை விடுவித்துக்கொண்டு, தனக்கெனப் புதிய மொழியாடலை உண்டாக்கிக் கொள்கிறது. மௌனம், நாசுக்காகக் கூறுதல், உயர்த்த விழைதல் என எந்த நுணுக்கமும் இல்லாமல் முகத்துக்கு நேரில் நின்று, அது தனது கசப்பைச் சமூகத்தை நோக்கி வீசுகிறது. அதனால்தான் தலித் தன்வரலாறுகள் புனைவின் நிழல்படாத எதார்த்தமானப் பிரதிகளாக இன்றளவும் இருக்கின்றன.

தலித் அல்லாத தன்வரலாறுகள் வெளிப்படுத்தியுள்ள அழகியல் இலக்கணம், தொனி, மெய்ப்பாடு போன்றவற்றை அடிப்படையாகக் கொண்டவை. தலித் தன்வரலாறுகள் இவற்றையெல்லாம் ஒதுக்கித் தள்ளிவிட்டு, எதார்த்த மொழியால் அழகியலை வெளிப்படுத்தியுள்ளன. தலித் தன்வரலாறுகள் வெளிப்படுத்தக்கூடிய அழகியல் என்பது, தலித் அல்லாத தன்வரலாறுகள் முன்னிறுத்தியுள்ள அழகியலுக்கு மாற்றானவை. துர்நாற்றம், அழுக்கு, கோபம், பசி, வறுமை, கெட்ட வார்த்தைகள் இவைகள்தான் தலித் அழகியலின் அடிப்படையாக அமைகின்றன. ‘இரவு மிருகம்’ கவிதைத் தொகுப்பில் ‘பளிச்சென்று சொல்லிவிடுகிறேன்’ என்ற கவிதை தலித் அழகியலை மிக நுட்பமாகச் சொல்லிவிடுகிறது.

"செத்துப்போன மாட்டைத்
தோலுரிக்கும்போது
காகம் விரட்டுவேன்.
வெகுநேரம் நின்று வாங்கிய ஊர்ச்சோற்றைத் தின்றுவிட்டு
சுடுசோறென பெருமை பேசுவேன்.
தப்பட்டை மாட்டிய அப்பா
தெருவில் எதிர்படும்போது
முகம் மறைத்துக் கடந்துவிடுவேன்.
அப்பாவின் தொழிலும் ஆண்டு வருமானமும்
சொல்ல முடியாமல்
வாத்தியாரிடம் அடிவாங்குவேன்.
தோழிகளற்ற
பின்வரிசையலமர்ந்து
தெரியாமல் அழுவேன்
இப்போது
யாரேனும் கேட்கநேர்ந்தால்
பளிச்சென்று சொல்லிவிடுகிறேன்
பறச்சி என்று"[4]

கவிஞர் சுகிர்தராணியால் எழுதப்பட்ட இந்தக் கவிதை வெளிப்படுத்துகிற அழகியல் அனைத்தும் பொது அழகியலுக்கு மாற்றானவை.

அழுக்கு, வெட்கம், கூச்சம், நிராகரிப்பு, அடி இவற்றையெல்லாம் கடந்துவந்த பிறகு பொது சமூகத்தின்மீது தலித்துகளுக்கு எதிர்ப்பு மனநிலை உண்டாகிறது. அதன் வெளிப்பாடுதான் பறச்சி என்ற வார்த்தைப் பயன்பாடு. எதிர்ப்பு இலக்கியமாகத் தலித் இலக்கியங்கள் இருப்பது மட்டுமல்லாது, அவைதான் தலித் இலக்கியத்திற்கு அழகியலாகவும் இருக்கின்றது. இந்தக் கவிதை வெளிப்படுத்தக்கூடிய அத்தனை அழகியல்களையும் தலித் தன்வரலாறுகள் மிக நுட்பமாகப் பதிவு செய்துள்ளன.

தலித் இலக்கியங்களின் முக்கியமான மையமே பிராமண எதிர்ப்பு அல்லது ஆதிக்கச் சாதி எதிர்ப்பு என்பதாகும். தலித் தன்வரலாறுகள் இதனை மிக நுணுக்கமாகவே பதிவுசெய்துள்ளன. பாமா அவருடைய கருக்கு தன்வரலாறில் ஓரிடத்தில் இப்படியாகப் பதிவுசெய்கிறார். பாமா பேருந்தில் அமர்ந்து கொண்டு பயணம் செய்து கொண்டிருக்கும்போது,

ஆதிக்கச்சாதியைச் சேர்ந்த பெண் பாமாவிடம் நீ எங்கே இறங்குகிறாய் எனக் கேட்கிறார். பாமாவும் தான் இறங்க வேண்டிய இடத்தைக் குறிப்பிடுகிறார். இறங்கும் இடத்தை வைத்துச் சாதியைத் தெரிந்துகொண்ட அந்தப் பெண், பாமாவின் அருகில் உட்காராமல் நின்று கொண்டே பயணம் செய்கிறார். நடந்ததைப் பாமா அவருடைய அம்மாவிடம் கூறுகிறார். நீ ஏன் சாதியை மாற்றிக் கூறவில்லை என அம்மா கேட்கிறார். அதற்குப் பாமா, நான் ஏன் சாதியை மறைக்க வேண்டும் எனத் திருப்பிக் கேட்கிறார். தான் பறை சாதி என்பதனை ஏன் மறைக்க வேண்டும். அது மறைக்க வேண்டிய அவசியம் இல்லை என்கிறார். இப்படிப் பளிச்சென்று சொல்லிவிடுவதுதான் தலித் அழகியல். சாதியை மறைத்தல், தாழ்ந்த சாதியில் பிறந்ததற்காகத் தலித்துகள் வெட்கப்பட வேண்டும் என்பதெல்லாம் ஆதிக்க சாதியினரின் மனநிலை. அதனை எதிர்த்து, நான் இந்தச் சாதி என்பதனைப் பெருமையோடும் உரிமையோடும் கூறிக்கொள்வதென்பது ஆதிக்கசாதி எதிர்ப்பைக் காட்டுவதாகும். தலித்துகள் தங்களுடைய சாதியை வெளிப்படையாகத் தன்வரலாறுகளில் எழுதுவது, ஆதிக்கச்சாதியினருக்கு எதிரான எதிர்ப்பைக் காட்டும் எதிர்ப்பு அழகியலாகும்.

தலித் தன்வரலாறுகள் உணவு குறித்துக் குறிப்பிடும்போது, மாட்டுக்கறி, பன்றிக்கறி உண்டது குறித்து மிக விரிவாகவே பதிவு செய்துள்ளன. இவை எதிர் அழகியலைக் குறிப்பதாகும். சைவம் என்பதற்கு மாறாக, மாட்டிறைச்சி என்பதனை முன்னிலைப்படுத்துவதும் சிலாகித்துப் பேசுவதும் எதிர்ப்பைக் காட்டுவதற்கான ஒரு வழியாகும். இந்தியாவில் ஆறில் ஒரு பகுதிக்கும் மேலான மக்களின் புரதச்சத்தை உறுதிசெய்யும் உயிராதாரமாகவும் உள்ள மாட்டுக்கறி”5 இப்படிப்பட்ட மாட்டுக்கறி உணவென்பது சைவ உணவிற்கு எதிரானதாகும். மாட்டுக்கறி உண்பது குறித்துத் தலித் தன்வரலாறுகள் மிக விரிவாகவே பதிவுசெய்துள்ளன.

பாமா, கருக்கு தன்வரலாறில் எல்லாச் சாதியினருமே மாட்டுக்கறி உண்பதாகப் பதிவு செய்துள்ளார்”.6 பாமா சொல்வதைப்போலத் தலித்துக்கள் மட்டுமே மாட்டுக்கறி உண்பதில்லை. பெரும்பாலான சாதியினர் மாட்டுக்கறி

சாப்பிடத் தொடங்கிவிட்டனர். ஆனால், இழிவு சுமத்தப்படுவது தலித்துக்கள்மேல் மட்டுமே.

சுதந்திரக்காற்று தன்வரலாறில் பேபி காம்ப்ளி, எருமைத் திருவிழாக் கொண்டாட்டம் குறித்துக் குறிப்பிட்டுள்ளார். அந்த விழாவின் இறுதியில் தலித்துகள் எருமை இறைச்சியைப் பகிர்ந்துக்கொண்டது குறித்தும் சமைக்கப்பட்டுப் பரிமாறப்பட்டது குறித்தும் குறிப்பிட்டுள்ளார். மற்றொரு இடத்தில் நோய்கள் ஏற்பட்டுக் கால்நடைகள் இறக்கின்றபொழுது, அந்த விலங்குகளை மஹர்கள் எடுத்துச்சென்று உண்பது, கொண்டாட்ட மனநிலைக்கு ஒப்பானது எனக் குறிப்பிட்டுள்ளார். இறந்துபோன விலங்குகள் குறித்தத் தகவல்களை ஆதிக்கச் சாதியினர் மஹர்களுக்குத் தெரியப்படுத்துவர். மஹர்கள் எல்லையற்ற மகிழ்ச்சியில் திளைப்பார்கள். மஹர் ஆண்கள் அனைவரும் கத்திகளை எடுத்துக்கொண்டும் பெண்கள், குழந்தைகள் கூடைகளை எடுத்துக்கொண்டும் செல்வர். அவர்கள் இறந்துப்போன விலங்குகளைக் கிராமத்தைவிட்டு வெகுதூரத்திற்கு இழுத்துக்கொண்டுபோய் விடுவார்கள். பிறகு, தொழுவத்தில் கிடக்கும் அழுகிய சதைகள், புழுக்கள், இறந்த விலங்குகளின் கழிவுப் பொருட்கள் ஆகியவற்றைச் சுத்தம் செய்வார்கள். அந்தத் தரையைக் கழுவிச் சுத்தம் செய்து ஈக்களைத் துரத்திவிடுவார்கள். அவ்வேலையை முடித்துவிட்டு அவர்கள், இறந்த கால்நடைகளை மற்றவர்கள் அறுத்துக் கொண்டுள்ள இடத்திற்குப் போவார்கள், ஒரு விலங்கை அறுத்து முடித்தவுடன் அதைப் பங்கு போடுவார்கள். பெண்கள் அவற்றைத் தங்கள் வீடுகளுக்கு எடுத்துக்கொண்டு போவார்கள். அவர்களின் பங்காகக் கிடைத்த இறைச்சியைக் கூடைகளில் நிறைத்துக் குச்சிகளாலும் இலைகளாலும் மூடுவார்கள். அந்தக் கூடைகளைச் சுமந்துகொண்டு வரும் பெண்களின் தலைகளில் இரத்தம், சீழ் மற்றும் அதே இறைச்சியிலிருந்து வடிந்து கொண்டிருக்கும் நாற்றம் வீசும் கழிவுகள் ஆகியவற்றால் நனைந்திருக்கும். “இறந்த விலங்கின் இரத்தமும் சீழும் சிற்றாறு போல் வடியும் வியர்வையில் கலந்து முகம் வழியாக ஏற்கனவே சேறும் அழுக்கும் படிந்துள்ள அவள் உடலில் வடியும். கையிலுள்ள கோலை ஆட்டிப் பறவைகளைத் துரத்திவிட்டுக்கொண்டு நடந்து வரும் அவர்கள் வழியில் தொண்டை வரண்டு போகும்

வரை பாடிக்கொண்டே வருவார்கள்"[7] என்று பேபி காம்பிளி குறிப்பிட்டுள்ளார். மாட்டிறைச்சி உண்பதென்பது, கொண்டாட்ட மனநிலையோடு தலித் தன்வரலாறுகளில் அணுகப்பட்டுள்ளது. உண்மையாகவே தலித்துக்களுக்கு மாட்டிறைச்சி உண்பதென்பது கொண்டாட்ட நிலையாகும். எப்போதும் பசி, வறுமை போன்றவற்றால் சூழப்பட்டிருக்கும் அவர்களுக்கு மாட்டிறைச்சி தவிர, வேறு எந்த இறைச்சி கிடைத்தாலும் அவர்களைப் பெருமகிழ்ச்சிக்குள்ளாக்காது.

தலித்துகளுக்கு மாட்டிறைச்சி என்பது அவர்களின் பண்பாட்டோடு தொடர்புடையது. இறந்த மாட்டை எடுத்து வந்து, தலித்துக்கள் பங்குவைத்து உண்பது குறித்துச் சரண்குமார் லிம்பாலே, அனார்யா தன்வரலாற்றில் குறிப்பிட்டுள்ளார். நோய்க் காலங்களில் மாட்டிறைச்சி போதுமான அளவைவிடக் கூடுதலாகக் கிடைக்கும். மாடுகள் இறக்காத காலக்கட்டங்களில் மாடுகளுக்கு விஷம் வைத்துக் கொன்று, அதனை எடுத்துவந்து தின்றதாகச் சரண்குமார் லிம்பாலே குறிப்பிட்டுள்ளார்.

இறந்த மாட்டிறைச்சிக்களைத் தலித்துக்கள் உண்பார்கள். அந்த மாடுகளின் குடல்கள் அவரவர் வீட்டின்முன் கட்டித் தொங்கவிடப்பட்டிருக்கும். இது குறித்துப் பேபிகாம்பிளி அவருடைய சுதந்திரக்காற்று தன்வரலாறில் விரிவாகக் கூறியுள்ளார். மாட்டிறைச்சி குறித்த பதிவுகள், தலித் தன்வரலாறுகளில் கொண்டாட்ட மனநிலையோடும் எதிர்ப்பினைக் காட்டும் நோக்கத்தோடும் விரிவாகப் பதிவுபெற்றுள்ளன. மாட்டிறைச்சி எங்கள் உணவு இதனை இப்படிக் குறிப்பிடுவதில், எந்தத் தயக்கமோ பயமோ எங்களுக்கு இல்லை என்பதைக் குறிப்பிட்டுச் சொல்லும்படியாகவே பதிவுகள் இடம்பெற்றுள்ளன. மேலும், மாட்டிறைச்சி உண்பது எங்கள் பண்பாட்டோடு தொடர்புடையது என்பதாக இப்பதிவுகளும் விவரிப்புகளும் தெரியப்படுத்துகின்றன.

தலித் தன்வரலாறுகளில் மிக முக்கியமான அழகியலாக வெளிப்பட்டு இருப்பது கூட்டு வாழ்க்கை. தலித்துக்கள் எதனைச் செய்தாலும் கூட்டுணர்வோடு செய்துள்ளனர். இது மிக முக்கியமான ஒன்று. மாட்டிறைச்சியைப் பங்கு போடுதல். உணவு உண்பதற்காகக் கூட்டமாகச் செல்லுதல். வேலைக்கு

ஒன்றாகச் செல்லுதல். விட்டுக்கொடுத்து வாழுதல். இப்படிப் பல வகைகளில் இவர்களின் கூட்டு வாழ்க்கை சொல்லப்பட்டுள்ளது.

சமூக நீதி, சமத்துவத்துக்கான குரல்கள் தலித் தன்வரலாறுகளில் ஓங்கி ஒலித்துள்ளன. தலித்துக்கள் பெரும்பாலும் இந்து மதத்தைச் சேர்ந்தவர்கள். சிறுபான்மை கிறித்துவத்தையும் இசுலாத்தையும் தழுவி உள்ளனர். இந்து மதம், கிறித்துவ மதம், இசுலாம் மதம் குறித்த நுட்பமான அவதானிப்புகள் இத்தன்வரலாறுகளில் நிரம்பியிருக்கின்றன. ஒரு மதத்தைச் சேர்ந்த தலித் பிற மதத்தை இழிவாகக் குறிப்பிடவில்லை. ஆனால் சுய மத விமர்சனங்களை முன்வைத்துள்ளனர். பாமா தன்னுடைய கருக்கு தன்வரலாற்றில், கிறித்தவ மதத்திற்குள் இருக்கின்ற சாதிப் பாகுபாடுகளையும் உயர்வு தாழ்வுகளையும் மிக நுட்பமாகவே விமர்சனம் செய்துள்ளார். தன்னுடைய மதமான கிறித்தவ மதத்தை இழிவாகப் பேசக்கூடாது என அவர் நினைக்கவில்லை. அவர் கிறித்தவராக இருந்தபோதிலும் அங்குத் தலித்தாகத் தான் அனுபவிக்கும் கீழ்மைகளை விமர்சனம் செய்துள்ளார். தான் மதரீதியாகவும் ஒதுக்கப்படுதல் நியாயம் இல்லை என்கிறார். கிறித்தவ மதத்தை விமர்சனம் செய்யும் பாமா வேறு மதங்கள் குறித்த விமர்சனங்களைத் தவிர்த்துள்ளார். அதேபோல், தலித் தன்வரலாறுகளில் குறிப்பிடத்தகுந்த ஒன்று சுயசாதியை விமர்சனம் செய்திருப்பது. தன்னுடைய சாதியையும் சாதி மக்களையும் மிகக் கடுமையாக விமர்சனம் செய்துள்ளனர். தலித் அல்லாத தன் வரலாறுகள் எதுவும் தலித் தன்வராறுகள் போன்று, சுயசாதி எதிர்ப்பினைப் பதிவு செய்யவில்லை. எனவே, தலித் தன்வரலாறுகளின் மிக முக்கியமான அழகியலாகச் சுயசாதி விமர்சனதைச் சுட்டிக்காட்டலாம்.

சனாதானத்தை முன்நிறுத்துகிற இந்து மதத்தில், தலித்துகள் சாதி ரீதியாக ஒடுக்கப்படுகின்றனர். அவர்களுக்கு முறையான கல்வி வழங்கப்படுவதில்லை. தலித்துக்களுக்கு இசுலாமியர்கள் உதவியதாகவும் கல்வி கற்றுக்கொடுத்ததாகவும் தலித் தன்வரலாறுகள் குறிப்பிட்டுள்ளன. இசுலாமியர்கள் இந்துக்களைப்போல சாதி பார்ப்பதில்லை என்றும் பல நேரங்களில் அவர்கள் கல்வி முதலியவற்றிற்கு உதவிய நிகழ்வுகள் தலித் தன்வரலாறுகளில் பகிரப்பட்டுள்ளன.

சரண்குமார் லிம்பாலே, ஒய்.பி.சத்தியநாராயணா, அரவிந்த மாளகத்தி, கே.ஏ.குணசேகரன், சித்தலிங்கையா போன்ற தலித் தன்வரலாறுகளை எழுதியவர்கள் இசுலாமியர்கள் தலித்துகளின் கல்விக்காக உதவிய நிகழ்வுகளைக் குறிப்பிட்டுள்ளனர்.

இசுலாமியர்கள் தலித்துக்களிடம் நெருங்கிப் பழகுகின்றனர். உறவுமுறை சொல்லி அழைக்கின்றனர். முக்கியமாகச் சாதி பார்க்கவில்லை என்று தலித் தன்வரலாறுகள் கூறியுள்ளன. இசுலாமியர்கள் செய்த உதவிகள் குறித்துக் கே.ஏ.குணசேகரன் அவருடைய வடு தன்வரலாறில் பல இடங்களில் குறிப்பிட்டுள்ளார். அதேபோல் தங்களுக்குக் கல்வி மறுக்கப்பட்டபோது, தனிப்பட்ட முறையில் பாடம் சொல்லிக்கொடுத்தவர்கள் இசுலாமியர்கள் என்று ஒய்.பி.சத்தியநாராயணா குறிப்பிட்டுள்ளார். மிக நன்றாகப் படிக்கக்கூடிய ஒய்.பி.சத்தியநாராயணாவின் அப்பா ராமசாமி, தான் படிக்க வேண்டும் என அவருடைய தந்தை நரசய்யாவிடம் கூறுகிறார். நாம் தீண்டத்தகாதவர்கள் நமக்குப் பாடம் சொல்லித்தரமாட்டார்கள் என்று அப்பா கூறுகிறார்.

படிப்பின்மீது தீராத ஆசை கொண்ட ராமசாமியிடம், இசுலாமியரான முல்லா, நீ படிக்க வேண்டும் என ஆசைப்படுகிறாயா எனக் கேட்கிறார். ராமசாமி, நான் தீண்டத்தகாதவன் என்று பதில் கூறுகிறார். உனக்கு நான் பாடம் சொல்லித்தருகிறேன் என்று கூறிச் சொல்லித்தருகிறார். ஒய். பி.சத்தியநாராயணா தன்னுடைய தன்வரலாறில் இந்நிகழ்வை இப்படியாகக் குறிப்பிடுகிறார். “இப்படியாக காலம் காலமாக சாதி இந்துக்களால் கல்வியறிவு மறுக்கப்பட்ட சாதியைச் சேர்ந்த எலுகடி குடும்பத்தில் பிறந்த ஒருவனது மனதில் கல்வியறிவிற்கான முதல் வித்தை சமூக, மத, கட்டுப்பாடுகளையெல்லாம் மீறி ஒரு இசுலாமியர் விதைத்தார்”.8 தலித்துக்களுக்குச் சாதி இந்துக்கள் உதவி செய்ததைவிட, இசுலாமியர்கள் செய்த உதவிகள் அதிகம். ஏனென்றால், பொருளாதார ரீதியாக, இருசமூகங்களும் ஒரே நிலையைக் கொண்டவை. அதனால் பரஸ்பர உதவிகள் பரிமாறப்பட்டன. இன்றும்கூடத் தலித்துகளும் இசுலாமியர்களும் மாமா, மச்சான் என்று அழைத்துக்கொள்ளும் உறவு நிலைகளைப் பார்க்க முடிகின்றது. இப்படியாகத் தலித்

தன்வரலாறுகளில் சமத்துவமும் சமூக நீதியும் மிக விரிவாகவே பதிவுசெய்யப்பட்டுள்ளன.

தலித் தன்வரலாறுகளில் நேரடியான கூற்றுமுறை தனித்த அழகியலாக வெளிப்பட்டுள்ளது. இந்தக் கூற்றுமுறை என்பது எதனையும் மறைக்காமல் என்ற மையத்தைச் சுற்றியுள்ளது என்பது கவனிக்கத்தக்கது. குறிப்பாக, மறைபொருளாக எதனையும் கூறாமல் நேரடியாகக் கூறுதல். சாராயம் காய்ச்சி விற்பனை செய்தல் (சரண்குமார் லிம்பாலே - அனார்யா) சாராயம் குடித்தல் (வசந்த்மூன் - ஒரு தலித்திடமிருந்து, அரவிந்த மாளகத்தி - கவர்மெண்ட் பிராமணன்) போன்ற தன்வரலாறுகளில் வெளிப்படையாகப் பேசப்பட்டுள்ளது. அதேபோல் பாலியல் சார்ந்த நடைமுறைகள், பாலியல் சீண்டல்கள் வெளிப்படையாகவே பதிவு பெற்றுள்ளன. தலித் தன்வரலாறுகளில் நேரடியான, வெளிப்படையான கூற்றுமுறை தனித்த அழகியலாக வெளிப்பட்டுள்ளது.

தலித் தன்வரலாறுகள் எதனையும் கற்பனையாகக் கூறவில்லை. தாம் எழுதிய தலித் தன்வரலாறுகள் அதிகமாக விற்பனையாக வேண்டும் அதனால் அதிகக் கவனம் தமக்குக் கிடைக்க வேண்டும் எனத் தலித் தன்வரலாறுகளை எழுதியவர்கள் மிகையாக எதனையும் சேர்க்கவில்லை. இந்தியா சுதந்திரம் அடைந்தபோது, இசுலாமியர்கள் கொல்லப்பட்டது குறித்து அனார்யா தன்வரலாறில் சரண்குமார் லிம்பாலே குறிப்பிட்டுள்ளார். இது மிகவும் அரிய பதிவு. தனது அக்கா கொலை செய்யப்பட்டது மற்றும் மனைவியை எரித்துக்கொன்றது குறித்து ‘விடியலை நோக்கித்’ தன்வரலாறில் பேபி ஹால்தார் பதிவு செய்துள்ளார். தான் தொழுநோயால் பாதிக்கப்பட்டபொழுது, அதிலிருந்து காப்பாற்றிய கிறித்துவ சகோதரிகள் குறித்து ‘முள்’ தன்வரலாறில், மிக நேர்மையாக முத்துமீனாள் பதிவு செய்துள்ளார். பெண் - பெண் உறவு குறித்து வடு தன்வரலாறில் கே.ஏ.குணசேகரனும், முள் தன்வரலாற்றில் முத்துமீனாளும் பதிவு செய்துள்ளனர். இதேபோன்ற பெண் - பெண் சார்ந்த உறவு நிலைகளை மிக விரிவாக ‘ஆமென்’ தன்வரலாறில் சிஸ்டர் ஜெஸ்மி பதிவு செய்துள்ளார். இப்படியாக வரலாறுகளை உள்ளதை உள்ளவாறு கற்பனையில்லாமல் தலித்

தன்வரலாறுகள் பதிவு செய்துள்ளன. அதனால்தான் தலித் தன்வரலாறுகள் இன்றளவும் காலக்கண்ணாடியாக இருக்கின்றன.

தலித் தன்வரலாறுகள் எளிய வாழ்வனுபவங்களை அழகியலாகக் கொண்டிருக்கின்றன. ஒய்.பி. சத்தியநாராயணா, சரண்குமார் லிம்பாலே, முத்துமீனாள், பேபி ஹால்தார், கே.ஏ.குணசேகரன், வசந்த் மூன், ஓம்பிரகாஷ் வால்மீகி, அரவிந்த் மாளகத்தி, பாமா, சித்தலிங்கையா போன்றவர்கள் குறிப்பிடும் வாழ்வனுபவங்கள் எளிமையானவை. அந்த வாழ்வனுபவங்களை ஒரு கதைபோல் சொல்லியிருப்பது தலித் அழகியலைத் தனித்துவப்படுத்திக் காட்டியுள்ளன. அமுதா கதை, மல்லிகா அரளி அரைத்துக் குடித்தல், செல்வி இறப்பு, பழனி தற்கொலை, அத்தை தூக்குப்போடுதல், சுமதி - கீதா ஓரினச்சேர்க்கை போன்ற நிகழ்வுகளைச் சிறுகதைகளுக்கான நேர்த்தியோடு 'முள்' தன் வரலாறில் முத்துமீனாள் கூறியிருப்பதும், இறந்த ஆடுகளை விற்பது, சில்லறை பொறுக்குதல் போன்றவை குறித்து அரவிந்த் மாளகத்தி குறிப்பிடுவதும், இராணுவத்தில் நண்பர்கள் சேர்ந்தது, ரவுடி சட்டையைக் கழட்டிவிட்டுத் தப்பித்தல், ரவுடி நாய் கதை, இறந்த பெண் மேல் உலகம் சென்று வந்தது, மனைவியின் அடி தாங்கமுடியாமல் கணவன் கூரைமேல் ஏறிநிற்றல், தட்டு சாஸ்திரம், முறுக்கு சீடை சபதம், சுடுகாட்டுக் கதை, புட்டப்பா கதை, மரகுன்னன் பேய்க் கதை, தூக்கம் பிடித்தால், போர்வை மாற்றுதல் போன்ற நிகழ்வுகளை மிக எளிமையாக ஊரும் சேரியும் தன்வரலாறில் சித்தலிங்கையா கூறியுள்ளார். தலித் தன்வரலாறுகளின் தனித்துவமான அழகியலாக எளிமையாகக் ஒவ்வொரு நிகழ்வையும் கதைபோல் கூறும் முறையைக் கூறலாம்.

தலித் தன்வரலாறுகள் அதிர்ச்சியூட்டக் கூடியவை. இதுவரை நாம் அனுபவிக்காத பல விடயங்களைத் தலித் தன்வரலாறுகள் கூறியுள்ளன. தலித் தன்வரலாறுகள் கூறியுள்ள நிகழ்வுகள் நமக்குள் அதிர்ச்சிகளை உண்டாக்கக்கூடியவை. மூத்த மகளைச் சாமிக்கு நேர்ந்துவிடுதல், மாட்டிற்குப் பதிலாக நுகத்தடியைச் சுமந்து கொண்டு உழுதல், ஆதிக்கச் சாதியினரின் பாலியல் வன்கொடுமைகள், அடித்தல்,

மோசமான தண்டனைகளை ஏற்றல், வகுப்பில் கீழே அமர வைக்கப்படுதல், கொலைகள் போன்ற பல்வேறு விவரிப்புகள் தலித் தன்வரலாறுகளைத் தனித்துவமாகக் காட்டியுள்ளன. இந்த நிகழ்வுகள் அதிர்ச்சியூட்டக் கூடியனவாக இருக்கின்றன. இந்த அதிர்ச்சியூட்டும் நிகழ்வுகள் தலித் தன்வரலாறுகளுக்கென உள்ள தனித்துவமான அழகியல்களாக வெளிப்பட்டுள்ளன. தலித் தன்வரலாறுகளில் பதிவு பெற்றுள்ளன பல்வேறு நிகழ்வுகள் வாசகனுக்கு அதிர்ச்சியை உண்டாக்கக்கூடியவை. இதனைத் திட்டமிட்டு எந்தவொரு தலித் தன்வரலாறு எழுதியோரும் செய்யவில்லை. இயல்பாகவே இவைகள் பதிவுபெற்றுள்ளன.

கலகக் குரல்களைத் தலித் தன்வரலாறுகள் அதிகமாக வெளிப்படுத்தியுள்ளன. சாதிப்பெருமை தலித்துகளுக்கு இல்லை. அந்தணர்களும் ஆதிக்கச் சாதி இந்துக்களும் சாதிப்பெருமை பேசிக்கொண்டிருந்த சூழலில், நீ தாழ்த்தப்பட்டவன், கீழ்சாதி, உனக்குச் சாதி என்பது பெருமை அல்ல, இழிவு எனக் கற்பித்து வைத்திருந்தனர். தலித் இலக்கியங்கள் இதனை உடைத்தன. குறிப்பாகத் தலித் தன்வரலாறுகள் கலகக்குரல்களை முன்நிறுத்தின. மீறலை முன்வைத்தன.

இராமாயணம், பாரதம் படிப்பது பாவம் என்று என் தந்தை பாலய்யா தன்வரலாறில் கூறப்பட்டுள்ளது. ஆனால் அதனையெல்லாம் மீறி ராமசாமி பாரதம், இராமாயணத்தை வாசிக்கிறார். எதனைச் செய்யக்கூடாது என ஆதிக்கச்சாதியினர் கூறியுள்ளனரோ அதனைச் செய்வதுதான் கலகக்குரல். கவர்மென்ட் பிராமணன் தன்வரலாறில் மஞ்சள் நீர் சடங்கு குறித்து அரவிந்த மாளகத்தி குறிப்பிட்டுள்ளார். இச்சடங்கில் இடுப்பில் புடவையைச் சுற்றிக்கொண்டு, தலித் பெண்கள் நடுவில் நிற்க, அவர்களைச் சுற்றி நிற்கக்கூடிய ஆதிக்கச் சாதி ஆண்கள் அவர்கள் மீது மஞ்சள் நீரை ஊற்றுவர். மஞ்சள் நீரால் நனைந்து நிற்கக்கூடியத் தலித் பெண்களை ஆதிக்கச்சாதி ஆண்கள் கண்டு ரசிப்பர். இச்சடங்கினை அரவிந்த மாளகத்தி மிகக் கடுமையான சொற்களால் எதிர்க்கிறார். “ஒவ்வொரு ஆண்டும் இப்போட்டி நடந்தே தீரவேண்டும் என்பது விதி. நடத்தா விட்டால் ஊரில் மழை பெய்யாது, பயிர்களுக்கு வியாதி வந்து நாசமாகும். ஊரில் அம்மை வந்து நாசமாக்குவாள். முனியின் தொல்லை

அதிகரித்துவிடும் என்றெல்லாம் நம்பிக்கொண்டு வந்தார்கள். இந்த நம்பிக்கைகளைக் கண்டு பயப்படுகிற தலித் ஆண்களும் பெண்களும் மேற்படி பொழுதுபோக்குக்கு பலியாகிறார்கள்".9 இந்தச் சடங்கு போட்டிபோல் நடத்தப்பட்டாலும் சுற்றிநின்று கொண்டிருக்கக்கூடிய பார்வையாளர்களுக்கும் ஆட்டக்காரர்களுக்கும் அவர்களது சபலத்தைத் தீர்த்துக்கொள்கிற இலவசப் பொழுதுபோக்கு ஆகும். தன்மேல் மஞ்சள் நீரை ஊற்றுகிற ஆதிக்கச்சாதியினரைத் தலித் பெண்கள் மிளார்கள் கொண்டு அடிக்கின்றனர். ஆனாலும் மஞ்சள் நீர் ஊற்றப்பட்டால் அது தன் உடலை வெளிக்காட்டும் எனத் தலித் பெண்கள் உணராமல் இல்லை. இந்தச் சடங்கினை அரவிந்த மாளகத்தி வன்மையாக எதிர்க்கிறார். அவர் இது குறித்துக் குறிப்பிடும்போது, "சடங்கு என்ற பெயரில் இன்றும்கூட மஞ்சள் நீரின் ஈஸ்ட்மென் கலர்படம் பார்க்கும் இந்த ஆண்கள் தத்தம் மனைவிமார்களையும் இப்படிப் பகிரங்கமாக நிற்க வைத்து விளையாடுவார்களா என்று கேட்டால் அவர்களுக்கு கண்கள் சிவந்துவிடும். தத்தம் மனைவிமார்களைப் போலவே இவர்களும் மானமுள்ள பெண்கள்தான் என்கிற எண்ணம் இவர்களுக்கு என்றுதான் வருமோ?"[10] என்று தன் எதிர்ப்பினைக் வெளிப்படையாகக் காட்டியுள்ளார். இந்தத் தன்வரலாறின் குறிப்பிட்ட இந்தப் பகுதியை, ஆதிக்கச்சாதியினர் படித்துக் கோபம் கொள்ள வேண்டும் என்ற அடிப்படையில்தான் அவருடைய எழுத்துக்கள் அமைந்திருக்கின்றன.

பாமா கருக்கு தன்வரலாறில், தலித் பெரியவர் ஒருவர் வடை வாங்கிவரக் கூடிய நிகழ்வைக் குறிப்பிடும்போது, "மொதல்ல வாழ எலபோட்டு, பெறகு பேப்பர் போட்டு சுத்திக்கட்டுனப்பெறகும் பறயன் தொட்டா அசிங்கமாம். எனக்கு வந்த ஆத்துரத்துல வடயவே கையுட்ட தொட்டுப் போடனும்போல இருந்துச்சு, இவகளுக்கு எதுக்கு நாம வட வாங்கியாந்து குடுக்கனும்னு நெனச்சேன். அம்புட்டு பெரிய ஆளு கடைக்குப்போய் வாங்கியாந்து இப்படிக் கூனிக் குறுகிப் போயி குடுக்க இவரு ஒக்காந்து திங்கனுமாக்கும்னு கோவமா வந்துச்சு. அப்படி என்ன இவுக பெரிய இவக? நாலுகாசு வச்சுக்கிட்டாம்ன, அதுக்காக இப்படி மனுசத்தன்மை இல்லாமலா நடக்கனும் பறச்சாதின்னா என்ன? அம்புட்டு

அசிங்கமாவா போச்சி? நாங்களும் மனுசங்கதானே"[11] என்று தன் கோபத்தை வெளிப்படுத்தியுள்ளார். இந்த அறக்கோபம்தான் தலித் அழகியலைத் தனித்துப்படுத்திக் காட்டியுள்ளது.

தலித் தன்வரலாறுகளில் பயன்படுத்தப்பட்டுள்ள மொழி தனித்துவமான அழகியலாக அமைந்துள்ளது. பிராமண நடை, வட்டார வழக்குகள் தமிழின் தனித்துவமான அழகிலாகக் கொண்டாடப்பட்டச் சூழலில், தலித் இலக்கியம்/தலித் தன்வரலாறுகள் தனித்துவமான மொழியைக் கையாண்டன. இது உயர் சமுக அழகியல் கட்டுமானங்களைச் சிதைத்து அழிக்கின்ற முயற்சியாக இருக்கின்றது. புனிதத்தை உடைக்கவும், மாயைகளை அவிழ்த்து, அதிலிருந்து ஓர் அதிர்வை உண்டாக்குகிறது. தலித் இலக்கியத்தின் மற்றொரு கூறு தலித் மக்களின் வாழ்க்கையை, பழக்கவழக்கங்களைப் பண்பாட்டு அடையாளங்களைத் தங்கள் எழுத்தில் பதிவு செய்வதன் மூலம், மனித நாகரீக வளர்ச்சிக்குத் தாங்கள் ஆற்றியிருக்கும் பங்களிப்பினை உரக்கக் கூவுதலாகும். இவ்வாறு எடுத்துரைப்பதற்கு நாட்டுப்புற மரபினைப் பின்பற்றுவது ஓர் உத்தியாகப் பயன்படுத்தப்படுகிறது. "நாட்டுப்புற மரபுதான் ஆதிக்க மரபிற்கான எதிர் மரபினைத் தொடர்ந்து தக்கவைத்துக்கொண்டு வந்திருக்கிறது. எனவே, தலித் இலக்கியம் நாட்டுப்புறக் கதைகளையும் சொலவடைகளையும் சடங்குகளையும் நம்பிக்கைகளையும் தொன்மங்களையும் நையாண்டி முறைகளையும் தனது எடுத்துரைப்பின் தன்மையாகக் கொண்டிருக்கிறது".[12] இலக்கிய உரைநடை என்பது பேச்சுவழக்கிற்கு எதிரானதாக இருந்துள்ளது. தலித் தன்வரலாறுகள் உச்சரிக்கக் கூசுகின்ற பல வார்த்தைகளைப் பயன்படுத்தியுள்ளன.

பேச்சு மொழியினை லாவகமாகப் பயன்படுத்தியுள்ள தலித் தன்வரலாறுகள் அதன்வழிப் புதிய மெய்மைகளை உருவாக்கியுள்ளன. பாமா கருக்கு தன்வரலாறில், "சரி, தின்னுட்டுப்போட்டு சும்மானாலும் இருக்க விதியா, அதுவுமில்ல உள்ள சண்டக்காடு அப்பிடி வரும். ஒருத்திக்கொருத்தி பொறாமை, போட்டிப்பு, ஆங்காரம் இப்பிடின்னு எப்பப்பாரு சண்ட நெறியும். சூதுவாதோட இருந்தாத்தான் பொழைக்க முடியும். நெனைக்காத நெனைச்சோம்பாங்க, சொல்லாததைச்

சொன்னோம்பாங்க, அதுலயும் நித்திய வார்த்தைப்பாடு எடுக்காத வரைல, என்னமோ நம்ம பச்சப் பிள்ளை மாறி ஓடிக்கிட்டும், ஆடிக்கிட்டும், அவுக காலா இட்ட வேலைகள நம்ம தலையால செஞ்சுக்கிட்டும் அலையனும், எனக்குன்னா சீன்னு போச்சு"[13] என்று அந்த வட்டாரத்திற்கேயுரிய மொழியில் தன் அனுபவங்களைப் பகிர்ந்துள்ளார். பாமா கருக்கு தன்வரலாறை அவருக்கான சொந்த மொழியில் எழுதாமல், பொதுமொழியில் எழுதியிருந்தால் இத்தன்வரலாறு கவனம் பெற்று இருக்காது. பாமா கையாண்ட மொழிதான் கருக்கு தன்வரலாறைத் தனித்துவமாக்கியுள்ளது. பாமாவின் மொழியின் அழகும் வசீகரமும் அவருடைய வாழ்பனுபவங்களை அர்த்தமுள்ளதாக மாற்றியிருக்கிறது.

இதேபோல் கே.ஏ.குணசேகரனின் 'வடு' தன்வரலாறின் மொழிநடை தனித்துவமாக அமைந்துள்ளது. அந்த வட்டாரத்தில் பயன்படுத்தப்படுகின்ற வட்டார வழக்குகளை வெகுஇயல்பாகப் பயன்படுத்தியுள்ளார். "என்னோட பழகிய சினேகிதர்களைப் பீ உருட்டி ஜகாங்கீர், குண்டியாட்டி ஹமீது, போலீஸ் நாய் நசீர் ன்னு பட்டப்பேரு சொல்லியே கூப்பிடறது வழக்கம். எனக்கு மூத்த பையன்களைக்கூட அட முஸ்தபா, வாடா செய்யது, என்னடா காஜான்னு சொன்னதைக் கூட அவுக பெரிசா எடுத்துக்காட்டியதில்லை. இளையான்குடி ஹைஸ்கூல்ல இருந்த கிளார்க் ஒருத்தருக்கு ஒன்னரைக் கண்ணு. நான் ஆறாப்பு, ஏழாப்பு, எட்டாப்புன்னு படிச்ச காலங்கள்ல வகுப்பு நடக்கிறபோதே அவரு உள்ளே நுழைவாரு"[14] என்று அவர் சொல்கிற வார்த்தைகளில் உள்ள இயல்பும் நுட்பமும் கெட்ட வார்த்தைகளை இயல்பாகப் பயன்படுத்துகிற முறையும் தலித் அழகியலை வெளிப்படுத்தியுள்ளது. தலித் அழகியல் என்பதே தனித்துவமான சொற்களில் நிரம்பியிருக்கின்றன.

தலித் மக்களின் அழுக்கு, துர்நாற்றம், கவிச்சி போன்றவற்றை இயல்பாகப் பதிவுசெய்துள்ள தலித் தன்வரலாறுகள் மகா எடுத்துரைப்புகளையும் பூடகமாகவும், கவித்துவமாகவும் சொல்வதைத் தவிர்த்திருக்கின்றன. தலித் தன்வரலாறுகள் எளிமையான வாழ்வனுபவங்களை முன்நிறுத்தியுள்ளன. அவையே தலித் அழகியலாகவும் வெளிப்பட்டுள்ளன.

மலையாளத்தில் கவிஞர், எழுத்தாளராக அறியப்படுகின்ற கமலாதாஸ் என்கதை தன்வரலாறை இப்படியாகத் தொடங்குகிறார். “சில வருடங்களுக்கு முன்பு, ஒரு நாள் பிற்பகலில் என் அறை ஜன்னலின் ஊடாகக் குருவியொன்று உள்ளே பறந்து வந்தது. சுழன்று கொண்டிருந்த மின்விசிறியில் அதனுடைய மார்பு பட்டதும் குருவி சிதறி விழுந்தது. ஜன்னல் கண்ணாடியில்பட்டு சில நிமிடங்கள் ஒட்டிக்கொண்டிருந்தது. குருவியின் நெஞ்சிலிருந்து வடிந்த ரத்தம் கண்ணாடியில் வழிந்தது. இன்று எனது ரத்தம் இந்தக் காகிதத்தில் வழியட்டும். நான் அந்த ரத்தத்தால் எழுதுவேன்”[15] என்று கூறியுள்ளார். அவர் கவித்துவ நடையில் தன்னுடைய தன்வரலாற்றைத் தொடங்கியுள்ளார். அடிபட்டக் குருவியைத் தனக்கு உவமையாக்கியுள்ளார். அதன் ரத்தம் வழிவதுபோல் தன் துன்பங்களைப் பகிர்கிறார்.

கமலாதாஸ் போலவே சிஸ்டர் ஜெஸ்மி, ஆமென்[16] தன்வரலாற்றில் ஒரு நாவல் எப்படித் தொடங்குமோ அதனைப்போலத் தன்னுடைய வரலாறைத் தொடங்குகிறார். இப்படியான மகா எடுத்துரைப்புகளைத் தவிர்த்துவிட்டத் தலித் தன்வரலாறுகள் நேரடியாகவே தொடங்குகின்றன. எல்லா நிகழ்வுகளையும் நேரடியாகவே கூறியுள்ளன. அதனால் தலித் தன்வரலாறுகளின் தனித்துவமிக்க அழகியலே மகா எடுத்துரைப்புகளைத் தவிர்த்தல் என்பது தான். நேரடிக் கூற்றின் மூலமாக வாசகனைத் தன்வரலாறு நோக்கித் தலித் தன்வரலாறுகள் திருப்பியுள்ளன.

தலித் அல்லாத தன்வரலாறுகளில் அழகியல் இடம்பெற்றுள்ளன. அந்த அழகியல் மேம்படுத்தப்பட்ட வாழ்க்கையின் வெளிப்பாடாக அமைந்துள்ளது. தலித் அல்லாத தன் வரலாறுகளில் இடம்பெற்றுள்ள அழகியலும் தலித் தன்வரலாறுகளில் இடம்பெற்றுள்ள அழகியலும் முரணானவை. இதுவரை எழுதப்பட்டுள்ளத் தலித் தன்வரலாறுகள் என்பன தனித்துவமான அழகியலை முன்நிறுத்தியுள்ளன. இந்த அழகியல் கலகக்குரலாகவும் ஆதிக்கச் சாதிகளுக்கு எதிரான குரலாகவும் தலித் மக்களின் அழுக்கு, துர்நாற்றம், கவிச்சி போன்றவற்றை முன்னிறுத்தியும் சொல்லியுள்ளன. தலித் தன்வரலாறுகள்

அழகியலைச் சொல்கின்றபோதே மீறலை முன்நிறுத்தியுள்ளன. இதுவரை எழுதப்பட்ட தலித் அல்லாத தன்வரலாறுகளிலிருந்து வேறுபட்டு நிற்கின்ற தலித் தன்வரலாறுகள் வெளிப்படுத்தியுள்ள அழகியல் எதார்த்த அழகியலாக வெளிப்பட்டுள்ளது. தலித் தன் வரலாறுகள் மராத்தி, கன்னடம், தெலுங்கு, தமிழ் போன்ற வெவேறு மொழிகளில் எழுதப்பட்டிருந்தாலும் பொது அழகியலுக்கு மாற்றாக எதிர் அழகியலை வெளிப்படுத்தியுள்ளன என்பது கவனிக்க வேண்டிய ஒன்றாகும். மேலும், போலிப் பெருமிதங்களையும் போலி கற்பிதங்களையும் தலித் தன் வரலாறுகள் உடைத்துள்ளன.

குறிப்புகள்

1. கலாநிதி சபா.ஜெயராசா, அழகியல், ப.3
2. மா.கார்த்திகேயன், நவீன கவிதைகளில் பெண்ணியமும் தலித்தியமும், ப.90
3. க.பஞ்சாங்கம், தமிழ் இலக்கியத் திறனாய்வு வரலாறு, பக்.161-162
4. சுகிர்தராணி, இரவு மிருகம், ப.32
5. Shakar writing.com 2020/02/blogspot-21 blms
6. ஒரலுமேல ஒக்காந்திருந்த மெக்கேலம்மா, இப்ப பாருங்க மச்சா பல சாதிக்காரப் பயலுக வந்து மாட்டுக்கறி எடுத்து மறவா திங்கானுக, நம்மளுக்குக் கறி கெடைக்கிறது கஸ்டமா இருக்குது. எல்லாப் பெயலுந்தா திங்கா, ஆனா பாத்துக்கோ இன்னமும் நம்மளத்தா தாழ்ந்த சாதீங்கிறான். பாமா, கருக்கு, ப.69
7. மு.ந. புகழேந்தி (தமிழில்) பேபி காம்ப்ளி, சுதந்திரச் காற்று, பக்.127-128
8. ஜெனி டாலி அந்தோணி (தமிழில்) ஒய்.பி.சத்தியநாராயணா, என் தந்தை பாலய்யா, ப.55
9. பாவண்ணன் (தமிழில்)அரவிந்த மாளகத்தி, கவர்ன்மெண்ட் , பிராமணன், ப.27
10. மேலது, ப.67
11. பாமா, கருக்கு, ப.27
12. க.பஞ்சாங்கம், தலித்துகள்- பெண்கள்-தமிழர்கள், ப.26
13. மேலது, ப.108
14. கே.ஏ.குணசேகரன், வடு, ப.28

15. நிர்மால்யா (தமிழில்) கமலாதாஸ், என் கதை, ப.23
16. டெல்லியிலிருந்து எர்ணாகுளம் செல்கிற மங்களா எக்ஸ்பிரஸ், வழக்கத்திற்கு மாறாக அன்று மிக வேகமாக வந்துகொண்டிருந்தது. கூட்டம் மிகக் குறைவாகவே இருந்த ஒரு கம்பார்ட்மெண்ட் அது. இலேசாக பதற்றம் தொற்றிக்கொண்டது. தனியாகப் பயணம் செய்வதால் ஏற்பட்ட பதற்றமா அது? இல்லை. இது ஒரு தப்பித்தல், வேடம் மாறி சுடிதாரில் வாழ்க்கையின் மிக முக்கியமான ஒரு கட்டத்திலிருந்து மற்றொரு கட்டத்தை நோக்கிய பயணம். மூடப்பட்ட ஒன்றிலிருந்து திறந்து வாழ்க்கையை நோக்கிய வழிப் பயணம் (குளச்சல் மு.யூசுப் (தமிழில்) ஆமென், சிஸ்டர் ஜெஸ்மி), ப.9.

~

3

சாதியும் தீண்டாமையும்

இந்தியாவில் மதத்தை விட்டு வெளியேற முடியும். ஆனால், சாதியைத் துறக்க முடியாது. சாதியின் கதவுகள் அவ்வளவு இறுக்கமானவை. அந்தக் கதவுகளை உடைப்பதற்கானச் சிந்தனைகளை அம்பேத்கர், பெரியார், பூலே, முதலானோர் கூறியுள்ளனர். சாதியின் பெயரால் தலித் மக்கள் அனுபவிக்கின்ற கொடுமைகள் ஏராளம். சாதிதான் இங்கு அனைத்தையும் தீர்மானிக்கிறது. அதனால்தான் சாதி நெடுங்காலமாய் இந்த மண்ணில் ஆழமாக வேரூன்றியுள்ளது. வேர் என்பது சிந்தனை. அந்தச் சிந்தனையை அழித்தால்தான் இந்த மண்ணில் சாதியை அழிக்க முடியும். சாதியின் பிடியில் சிக்கிக்கொண்ட தலித்துக்கள் இடைச்சாதியினராலும், உயர்சாதியினராலும் பல கொடுமைகளை அனுபவிக்கின்றனர். சாதிக் கொடுமை நடைபெறாத நாளோ நிமிடமோ இல்லை. சாதியினால் ஏற்படுகின்ற அத்தனை கீழ்மைகளையும் தலித் தன்வரலாறுகளை எழுதியவர்கள் மிக ஆழமாகவே பதிவு செய்துள்ளனர். அதேபோல் தீண்டாமை குறித்தும் நுட்பமாகப் பதிவு செய்துள்ளனர். சாதிக்கொடுமைகளையும் தீண்டாமைக் கொடுமைகளையும் தலித் தன்வரலாறுகளை எழுதியவர்கள் எவ்வாறாக எதிர்கொண்டார்கள் என்பது குறித்து காணலாம்.

தலித் இலக்கியம் மகாராஷ்டிராவில் தோன்றியது. அதனைத் தொடர்ந்து கர்நாடகா, ஆந்திரா, தமிழ்நாடு போன்றவற்றில் தோற்றம் பெற்றது. தலித் இலக்கியம் இன்றைக்கு மறுக்கமுடியாத, மறைக்க முடியாத இலக்கிய இயக்கமாக வளர்ந்துள்ளது. இதற்கெல்லாம் அடிப்படை அம்பேத்கரின் சிந்தனைகள். மகாராஷ்டிராவை மையமாகக் கொண்டு, அம்பேத்கர்

முன்னெடுத்த அரசியல் செயல்பாடுகள் ஒடுக்கப்பட்ட மக்களின் விடுதலை, உரிமை குறித்த சிந்தனைகளை உருவாக்கின. "அம்பேத்கர் தொடங்கிய சித்தார்த்தா கல்லூரியின் முதல் அணி மாணவர்களின் முயற்சியில் 1950 களில் மராத்திய தலித் இலக்கிய சங்கம்" என்ற அமைப்பு உருவாகியது. காந்திய மார்க்சிய தத்துவங்களிலிருந்து விலகி அம்பேத்கரியத்தை தங்களுக்கான தத்துவமாக இவர்கள் கொண்டார்கள். இதுகாறும் இருந்து வந்த தூய்மையான இலக்கிய மொழியிலிருந்து விலகி தங்களுக்கான சகல மொழியையும் உருவாக்கினார்கள். தங்களை ஒடுக்கும் சமூக அமைப்பின் மீது கடுமையான கேள்விகளை முன்வைத்தார்கள்"[1] இந்தச் சிந்தனைகளை அடிப்படையாகக் கொண்டே தலித் இலக்கியம் என்ற ஒன்று தோற்றம் பெற்றது. தலித் அல்லாத எழுத்தாளர்கள் பலர் இலக்கியங்களில் பிற தலித் மக்களை மிக மோசமாகச் சித்தரித்து எழுதினர். இப்படிப்பட்ட இலக்கியங்களைப் புறக்கணித்து, தலித் மக்களின் உண்மையான வாழ்வனுபவங்களைத் தலித் எழுத்தாளர்கள் எழுத்தில் கொண்டுவந்தனர். இதன் தொடர்ச்சியாகத்தான் மராத்திய தலித் இலக்கியத்தில் மிக முக்கியமான நிகழ்வாகத் தன்வரலாறு உருவானதைக் குறிப்பிட வேண்டும். 1970 களில் இவ்விலக்கிய வகைமை உருவானது. மராத்திய தலித் இலக்கிய இயக்கச் செயல்பாட்டாளர்கள் பலரும் தங்களது தன்வரலாறுகளை எழுதத் தலைப்பட்டனர்".[2] மகாராஷ்டிராவில் தலித் தன்வரலாறுகள் அதிகமாக வெளிவந்தன. இத்தன்வரலாறுகளுக்கு உலக அங்கீகாரம் கிடைத்தது. இதனைத் தொடர்ந்து கன்னடம், தெலுங்கு, தமிழ் மொழிகளிலும் தலித் தன்வரலாறுகள் எழுதப்பட்டன.

தலித் தன்வரலாறுகள் என்ற கருத்தாக்கம் தோற்றம் பெறுவதற்கு முன்னரே, மகாராஷ்டிராவிலும் தமிழிலும் தலித் தன்வரலாறுகள் எழுதப்பட்டுள்ளன. இந்திய அளவில் தலித் சுயசரிதைக்கு முன்னோடிகளாக (இப்போது கிடைக்கும் தகவல்களின் அடிப்படையில்) அம்பேத்கரையும், இரட்டைமலை சீனிவாசனையும் கூறலாம். அவர்களது சுயசரிதைகள் சுருக்கமான சில குறிப்புகளாகவே வெளிவந்துள்ளன. இரண்டுமே 1939 இல் எழுதப்பட்டதாகத் தெரிகிறது. அம்பேத்கரின் சுயசரிதைக் குறிப்புகளில் உள்ள கடைசிக் குறிப்பு 1938 ஆம் ஆண்டில்

நடந்த சம்பவமொன்றை விவரிப்பதால் அதற்குப் பிறகே அது எழுதப்பட்டிருக்க வேண்டும். இரட்டைமலை சீனிவாசனின் ஜீவிய சரித்திர சுருக்கம், பைன் அண்டு கம்பெனியால் 1939இல் வெளியிடப்பட்டுள்ளது"[3]. மராத்திய சுயசரிதைகளின் காலமாக, அர்ஜீன் டாங்ளே 1978 க்கும் 1986க்கும் இடைப்பட்ட காலத்தை தன்வரலாற்று இலக்கியக் காலகட்டம் என்று வர்ணிப்பார். ஆனால், அதற்கு முன்னதாகவே தமிழில் இரட்டைமலை சீனிவாசனின் சுயசரிதை கிடைக்கிறது. இரட்டைமலை சீனிவாசனின் சுயசரிதை 1939 இல் வெளியாகியுள்ள போதிலும் அதன் பிறகு, தமிழில் தலித் தன்வரலாறுகள் எழுதப்படவில்லை. பாமா கருக்கு தன்வரலாறை 1992ஆம் ஆண்டு வெளியிட்டார். இரட்டை மலை சீனிவாசன், பாமா இரண்டு ஆளுமைகள் வெளியிட்ட தன்வரலாறுகளுக்கு இடைப்பட்ட காலகட்டத்தில் தலித் தன்வரலாறுகள் எழுதப்படவில்லை.

தன்வரலாறுகள் எல்லாராலும் எழுதப்படுவதில்லை. ஏனென்றால், தன்வரலாறுகளை எழுதுவதற்கு வெளிப்படையாகச் சொல்வதற்கானத் துணிவு இருக்க வேண்டும். தன்னைத் துறந்தால் மட்டுமே தன்வரலாறுகளை எழுதமுடியும். சுயசரிதை என்பது உண்மை, நம்பகத்தன்மை என்பனவற்றின் அடிப்படையிலேயே முன்வைக்கப்படுகிறது. கடந்த கால நிகழ்ச்சிகளை நிகழ்கால எழுத்துக்குள் அடைக்க முயற்சிப்பதாகவே மனித வாழ்வை ஒரு நேர்கோட்டில் வைத்து வழங்குவதற்கு அது முயற்சிக்கிறது. தனி ஒரு நபரை மையப்படுத்திச் சாகசத்தின் மொழியால் அது கட்டப்படுகிறது.[4] என ரவிக்குமார் குறிப்பிட்டுள்ளார். தன்வரலாறுகளை நினைத்தவுடன் எழுதிவிடமுடியாது. ஏனென்றால், தன்னை அறிந்தவர், தன்னைச் சமூகத்திற்கு வெளிப்படையாகச் சொல்லத் துணிந்தவரால் மட்டுமே உண்மையான தன்வரலாறுகளை எழுத முடியும். குறிப்பாகத் தலித் தன்வரலாறுகளை எழுதுவது சவால் நிறைந்தது. ஏனென்றால், உண்மை நிலவரங்களின் மீது எந்தப் போலிப் பூச்சும் வர்ணனையும் இல்லாமல் எழுதப்பட்டவையெனத் தலித் சுயசரிதைகளைப் பாராட்டும் அர்ஜீன் டாங்ளே, சுயசரிதையென்பது ஒடுக்கப்பட்ட எழுத்தாளர் ஒருவரின் வாழ்வோடு மட்டும் குறுகிப்போய்விடுவதில்லை. அது ஒரு சமூக அமைப்பின் விரிந்துரையும் சித்தரிப்பின் நீட்சியாகும்

என்றார்.⁵ எனவே, சமூகம் தனக்கு ஏற்படுத்தியிருக்கிற வாழ்க்கை அனுபவங்களை உண்மையாகவும் நேர்த்தியுடனும் சொல்ல வேண்டும். தலித் தன்வரலாறுகள் உண்மைகளின் மீது எந்தவிதப் போலிப் பூச்சும் இல்லாமல் எழுதப்பட்டவை. குறிப்பாகக் கடந்த கால வரலாற்றின் மீது விசாரணை செய்யும் நோக்கில் தலித் தன்வரலாறுகள் எழுதப்பட்டுள்ளன.

தலித் அல்லாத தன்வரலாறுகளில் ஏராளமான கற்பிதங்கள் இருக்கின்றன. அந்தக் கற்பிதங்களை உடைப்பதற்காக எழுதப்பட்டனவாகத் தலித் தன்வரலாறுகள் இருக்கின்றன. சாதியால் பிளவுபட்டிருக்கின்ற இந்திய சமூகத்தில் சாதியால் நடைபெறக்கூடிய எந்த வடிவமுள்ள மோதல்களிலும் பாதிக்கப்படுவது தலித்துக்களே. அந்த வலியைத்தான் தலித் தன்வரலாறுகளும் பதிவு செய்துள்ளன. இது ஒரு மாநிலத்தில் மட்டுமே இருந்துவிடக்கூடிய பிரச்சனை மட்டும் அல்ல. இந்தியா முழுக்கத் தலித்துக்களின் வாழ்க்கை பெரும்பாலும் ஒரே மாதிரியாகத்தான் இருக்கின்றன.

தலித் தன்வரலாறுகளில் சாதிக்கொடுமைகள் அதிமாகப் பதிவு செய்யப்பெற்றுள்ளன. தலித் தன்வரலாறுகளை எழுதியவர்கள் சாதிக் கொடுமைக்குள்ளாகியுள்ளனர். அந்த வேதனைகளை எவ்விதத்திலும் மறைக்காமல் பதிவுசெய்துள்ளனர். சாதியால் தாம் நேரடியாக அனுபவித்த அவமானங்கள், அடி, வலி, வேதனைகள் போன்றவற்றை வெளிப்படையாக எழுதியுள்ளனர். சாதியால் தாம் அனுபவித்தக் கொடுமைகளை அவ்வளவு வெளிப்படையாகப் பேசுவதற்கானக் காரணம் ஆதிக்கச் சாதியை எழுத்தின் வழியாகத் தலித் எழுத்தாளர்கள் எதிர்க்கின்றனர். தலித் இலக்கியம் சாதி எதிர்ப்பு இலக்கியம் தான் என்பதை அந்த எழுத்துக்களின் உள்ளடக்கம் வழியாகப் புரிந்து கொள்ள முடியும். சாதி எதிர்ப்பு என்ற அடிப்படை இன்றித் தலித் எழுத்துக்கள் இல்லை. அதற்கான தேவையும் இல்லை. இலக்கியம் சுத்த சுயம்புவானது. அது கலப்படமற்றது. அது புனிதமானது என்பதைப் போன்ற கருத்துக்கள் அனைத்துமே போலியானவை. உள்நோக்கம் கொண்டவை6 தலித் தன்வரலாறுகள் சாதியை எதிர்க்கின்றன. மதங்களை எதிர்க்கின்றன. புனிதங்களை எதிர்க்கின்றன. ஆதிக்கத்தை எதிர்க்கின்றன. இதனை தலித் தன்வரலாறு எழுதியோர் மிக விரிவாகப் பதிவு செய்துள்ளனர்.

முனைவர் இரா. வெங்கடேசன் | 55

தலித் தன்வரலாறு எழுதியவர்கள் அவர்களுக்கு நடந்த சாதிக் கொடுமைகளை மிக நுட்பமாகப் பதிவு செய்துள்ளனர். அவர்கள் வாழ்ந்த காலத்தில் எத்தகைய சாதிக் கொடுமைகள் இருந்தன, அதில் தலித்துக்கள் எப்படிப் பாதிக்கப்பட்டார்கள் என்பதைப் புரிந்து கொள்ளமுடிகின்றது. தலித் தன்வரலாறுகளில் சாதி குறித்தப் பதிவுகளை மூன்றாகப் பிரித்துப் பார்க்கலாம்.

1. பள்ளிப் பருவ சாதிக்கொடுமை

2. கல்லூரிப் பருவ சாதிக்கொடுமை

3. பொது சமூகத்தில் சாதிக்கொடுமை

என மூன்றாகப் பகுக்கலாம்.

1. பள்ளிப் பருவ சாதிக் கொடுமை

தலித்துக்கள் பள்ளிகளில் படிக்கக்ககூடாது என்ற நிலை ஒரு காலத்தில் இருந்தது. படிப்பது குற்றம் எனப் பார்க்கப்பட்டது. தொடக்கக் காலத்தில் தலித் குழந்தைகளைப் பள்ளிகளில் சேர்ப்பது இல்லை. அப்படியே சேர்த்தாலும் அந்தப்பள்ளிகளை நடத்தவிடாமல் உயர்சாதிக்காரர்கள் தடுத்துள்ளனர். தாழ்த்தப்பட்ட வகுப்பைச்சேர்ந்த சிறுவனொருவன் கல்வி கற்க வருவதே பள்ளியில் இருந்தவர்களுக்கு ஒருவித ஒவ்வாமையை அளித்தது. அந்த மாணவன் பள்ளியில் சேர்த்துக்கொள்ளப் பட்டால் பள்ளிக்கூடம் நடைபெறும் கட்டடத்தை பள்ளி நிர்வாகத்துக்கு வாடகைக்குக் கொடுத்திருக்கும் உரிமையாளர் பள்ளியை மூடிவிடுவதாக அச்சுறுத்தினார். தீண்டாமையை நிலைநாட்டுவதுப்பற்றி பதற்றமுற்ற அளவுக்கு பள்ளி அதிகாரிகள் ஒரு தாழ்த்தப்பட்ட சிறுவனின் எதிர்காலத்தை வீணடிப்பதைப்பற்றி சிறிதும் கவலையுறவில்லை.7 இதுதான் இந்தியா முழுக்க இருந்த நடைமுறை.

எந்தக் காரணத்தைக் கொண்டும் தலித்துக்கள் படித்து விடக்கூடாது என்பதில் தலித் அல்லாத அனைவருமே ஒரே கருத்தில் இருந்துள்ளனர். தலித் படித்தால் வேலை கொடுக்க வேண்டும். வேலை கிடைத்தால் தங்களுக்கு நிகராக உட்காருவான். ஒருவேளை அவனுக்குக் கீழே வேலை செய்ய வேண்டிய நிலை வரலாம். அதனை எப்படி ஏற்றுக்கொள்வது. அதனால் கல்வி

கொடுக்கக்கூடாது என்பதில் மிகத் தீவிரமாக ஆதிக்கச் சாதியினர் இருந்துள்ளனர். 130 ஆண்டுகளுக்கு முன்பு திருவள்ளுவர் தாலுகாவில் தலித்துகள் படிக்காத சூழல் குறித்த அறிக்கை இவ்வாறாகத் தெரிவிக்கிறது. திருவள்ளுவர் தாலூக்காவிலுள்ள 300 கிராமங்களுடன் தங்களூரில் எழுதப்படிக்கத் தெரிந்த ஒருவராவது இருப்பதாகப் பெருமைப்பட்டுக்கொள்ள முடியாத 200 கிராமங்கள் உள்ளன. 272 கிராமங்களில் பள்ளிக்குச் செல்லும் பறையர் வகுப்பைச் சார்ந்த ஒருவர் கூட இல்லை என்று பிரிட்டிஷ் கலெக்டர் திரமேன்ஹிர் 1891ல் வருவாய் கழகத்திற்கு எழுதிய கட்டுரை தெரிவிக்கிறது. இந்தச் சூழலில் தலித் தலைவர்களுள் ஒருவரான இரட்டைமலை சீனிவாசன் (1860-1945) அவர்கள் தனது சுயசரிதையில், தீண்டாதாருக்கு போதிக்க ஜாதி இந்துக்கள் முன்வராமலிருந்து விட்டார்கள். தீண்டாதாருக்கு ஜன சமூகத்தில் உபாத்தியாயர்கள் கிடைக்கவில்லை என்று குறிப்பிட்டுள்ளதையும் இங்கு நினைவுக்கூற வேண்டியதாக உள்ளது. தலித்துகள் கல்வி பெறக்கூடாது என்பதில் ஜாதி இந்துக்கள் மிகத் தெளிவாக இருக்கிறார்கள்"8 இந்த நடைமுறை தமிழ்நாட்டில் மட்டுமல்ல. இந்தியா முழுக்க வாழ்ந்த தலித்துகள், கல்வி பெற்று விடக்கூடாது என்பதில் உயர்சாதி இந்துக்களும் சாதி இந்துக்களும் திட்டமிட்டே செயல்பட்டுள்ளனர்.

தலித் தன்வரலாறுகளை எழுதிய பலரும், தாங்கள் கல்வி கற்பதற்காக எடுத்துக்கொண்ட முயற்சிகளைப் பதிவு செய்துள்ளனர். அதனால் உண்டான எதிர்ப்புகளையும் கேலிகளையும் அவமானங்களையும் அவர்கள் எழுதியுள்ளனர். தலித்தாகப் பிறந்ததால் மட்டுமே இத்தகைய சாதி இழிவுகளையும் கொடுமைகளையும் அவர்கள் அனுபவித்துள்ளதாகக் கூறியுள்ளனர்.

தலித்துகள் பள்ளிக்கூடத்திற்குச் செல்வதே அபூர்வம். பள்ளிக்குச் செல்லும் தலித் பிள்ளைகளை ஆசிரியர்கள் சாதி சொல்லித் திட்டுதல் இன்றளவும் மிகச் சாதாரண நிகழ்வாக உள்ளது. பள்ளிக் கூடத்தில் சாதி சொல்லித் திட்டியதைப் பாமாவும், ஓம்பிரகாஷ் வால்மீகியும் அவர்களது தன்வரலாறுகளில் பதிவு செய்துள்ளனர். "மறுநாள் பள்ளிக்கூடத்து அசம்பிளியில் கெட்மாஸ்டர் எம்பேரைச் சொல்லிக் கூப்பிட்டு, பறச்சாதிப்

புத்திய காட்டியே, நேத்து எல்லாரும் வீட்டுக்குப் போனபிறகு பள்ளிக்கூடத்து தென்னை மரத்துல ஏறி தேங்கா திருடிட்டு போயிருக்க! ஒன்ன ஸ்கூல்ல சேர்க்க முடியாது. வெளியே நில்லுன்னு சொன்னாரு. எல்லாப் பிள்ளைகளுக்கும் முன்னாடி எனக்கு கேவலமும் அவமானமும் வேதனையுமா இருந்துச்சு"9 என்று பாமா தன்னை மற்றப் பிள்ளைகளுக்கு முன்னாள், சாதியச் சொல்லித் திட்டியது குறித்துக் கூறியுள்ளார். திருடாத (பறிக்காத) தேங்காய்க்காக இத்தனை பெரிய இழிவை அந்தச் சின்னஞ்சிறு வயதான பாமாவிற்கு ஆசிரியர் கொடுத்துள்ளார். தலித்தாக இருப்பதால் அவர்கள் திருடுவார்கள் என்று இடைநிலைச் சாதியினர் நம்புகின்றனர். மீண்டும் பள்ளியில் சேர்வதற்குச் சாமியாரிடம் அனுமதி பெறப் பாமா சென்றபொழுது, சேரிப் புள்ளதான நீ செஞ்சுருப்ப என்று அவரும் திட்டுகிறார். செய்யாத தவறுக்காக மன்னிப்புக் கேட்க வைப்பதே தவறு. சாதி சொல்லித் திட்டுதல் என்பதெல்லாம், தாழ்ந்த சாதிதானே அவர்களால் எதிர்த்து ஒன்றும் செய்துவிட முடியாது என்கிற ஆதிக்க மனநிலைதான், தலைமையாசிரியரையும், சாமியாரையும் இப்படிப் பேச வைக்கிறது. பாமா விடுதியில் தங்கியிருக்கும்பொழுது, தலித் சாதியைச் சேர்ந்த பிள்ளைகளை விடுதிக் காப்பாளர் மிக மோசமாகத் திட்டுவததாகக் கூறியுள்ளார். இதேபோன்று ஓம்பிரகாஷ் வால்மீகியும் அவர் பள்ளிக்கூடம் செல்லும்போது, சக மாணவன் ஒருவன் (உயர்சாதி) ஓம்பிரகாஷ் வால்மீகியிடம் "நீ எவ்வளவுதான் படித்தாலும் சுஹ்ரா சுஹ்ராதான்" என்று கூறிவிட்டு ஓம்பிரகாஷ் வால்மீகியைக் கையால் தொடாமல் தடியால் சகதியில் தள்ளிவிடுகிறான். தலித்துகள் எவ்வளவு நன்றாகப் படித்தாலும் பிற சாதியினர் அவர்களை எளிதாக ஏற்றுக்கொள்வதில்லை. ஆசிரியர்கள் மட்டும் சாதி பார்க்கவில்லை. சக மாணவர்களிடமும் சாதி பார்க்கும் நிலை இருந்ததாக ஓம்பிரகாஷ் வால்மீகி பதிவு செய்துள்ளார். சாதி செய்யும் மாயம் இதுதான். தலைமுறைகளைத் தாண்டி சாதிகள் வாழ்ந்து கொண்டிருப்பதற்கான காரணம் சாதி கையளிப்புச் செய்யப்படுகிறது. அதனால் சாதி சாகாமல் பிழைத்துக் கொண்டிருக்கிறது. சாதியை வைத்துப் பிழைப்பை நடத்துபவர்களும் பிழைத்துக் கொண்டிருக்கிறார்கள்.

தலித்துகள் பள்ளிகளில் சேர்ந்து படிக்கச் சென்றாலும், அவர்களுடைய பெயர்களைச் சொல்லி ஆசிரியர்கள் அழைப்பதில்லை. மாறாக வேறு பெயர்களையோ, சாதிப் பெயர்களையோ அல்லது அவர்களது தந்தை / பாட்டன் பெயர்களைச் சொல்லி அழைக்கின்றனர் "அவர்கள் எங்களைப் பெயர் சொல்லி அழைக்க மாட்டார்கள். வயதானவர்களாக இருந்தால் 'ஓய் சுஹ்ரா' என்றோ, வயதில் சிறியவர்களாக இருந்தால் 'டேய் சுஹ்ரா' என்றோ அழைத்து வந்தார்கள்."[10] சுஹ்ரா சாதியைச் சேர்ந்த ஒவ்வொருவரும் அவர்களுக்கென்று தனித்தனியே பெயர் வைத்துக் கொள்கின்றனர். ஆனால், உயர் சாதிக்காரரர்கள் அவர்களைப் பெயர் சொல்லி அழைப்பதில்லை. அப்படி அழைப்பது அவர்களுக்கு முக்கியத்துவம் கொடுப்பது போல் ஆகிவிடும் என்பதால் சாதிப்பெயரான சுஹ்ரா என்றே அழைக்கின்றனர். அரவிந்த மாளகத்தி கவர்மெண்ட் பிராமணன் தன்வரலாறில், தன் பெயரைத் கரும்பலகையில் தவறாக எழுதியதற்காக ஆசிரியரிடம் அடிவாங்குகிறார். தன் பாட்டியை, வயதில் குறைந்த உயர்சாதியியைச் சேர்ந்த ஒருவர் சொல்லி அழைப்பதில் கவனமாக இருந்துள்ளனர் என்பதை அரவிந்த மாளகத்தி பதிவு செய்துள்ளார். தலித்துகளுக்கென்று பெயர் ஒன்று இருக்கக்கூடாது. பெயர் சொல்லி அழைத்தால் அவனுக்குப் பெருமை வந்துவிடும் என்பதால் ஆதிக்கச் சாதியினர், சாதியைச் சொல்லி அழைக்கின்றனர். பெயர் என்பது தன்மானத்தின் குறியீடு. அந்தக் குறியீட்டைத் தலித்துகளுக்கு வழங்குவதை ஆதிக்கச்சாதியினர் விரும்பவில்லை. அதனால்தான், பெயரைச் சொல்லி அழைக்காமல் சாதியைச் சொல்லி அழைக்கின்றனர். ஒய்.பி. சத்தியநாராயணா, என் தந்தை பாலய்யா தன்வரலாற்றில், தமக்குப் பள்ளிக்கூடத்தில் நடந்த நிகழ்வு ஒன்றைப் பதிவு செய்துள்ளார். ஒய்.பி. சத்தியநாராயணா படிப்பில் முதல் மாணவராக இருந்ததால் மற்ற மாணவர்கள் அவரைத் தாழ்த்த வேண்டும் என்பதற்காக, அவருடைய சாதியான மாதிகா (மாதி சாதியைச் சேர்ந்தவன் என்பது பொருள்) என்று கேலி செய்கின்றனர். இப்படிக் கேலி செய்யும் பொழுதெல்லாம் தான் அவமானத்தில் கூனிக்குறுகிப் போனதாகக் கூறியுள்ளார். படித்து அதனால் முதல் மதிப்பெண்கள் எடுத்து ஒய்.பி.

சத்தியநாராணவை முந்த முடியாது. அதனால் சாதி சொல்லி இழிவுபடுத்தி அவமானப்படுத்துகின்றனர்.

பள்ளிகளில் சேர்க்கப்படுகின்ற தலித் மாணவர்கள் மற்ற சாதி மாணவர்களோடு சரிசமமாக அமரவைக்கப்படுவதில்லை. மாறாகக் கீழே அமர வைக்கப்படுகின்றனர். அதுவும் கடைசியில் அமர வைக்கப்படுகின்றனர். சாதி இல்லை என்று சொல்லித்தரக்கூடிய பள்ளிக்கூடங்கள் சாதிகளின் அடிப்படையில்தான் நடத்தப்படுகின்றன. இதனைத் தலித் தன்வரலாறுகள் பதிவு செய்துள்ளன. பேபி காம்பிளி சுதந்திரக் காற்று தன்வரலாறில் "அது பிராமணப் பெண்கள் படிக்கும் பள்ளிக்கூடம். வேறு மேல் சாதிப் பெண்களும் இருந்தனர். பத்து அல்லது பன்னிரண்டு மஹர் சாதிப் பெண்களும் அப்பள்ளிக்கூடத்தில் பல்வேறு வகுப்புகளில் படித்துக் கொண்டிருந்தனர். அதனால் ஒவ்வொரு வகுப்பிலும் எங்கள் மஹர் சாதிப் பெண்கள் பரவியிருந்தார்கள். மஹர் சாதிப் பெண்கள் தவிர, வகுப்பில் இருந்த மற்ற அனைத்துப் பெண்களுக்கும் உட்கார பலகைகள் இருந்தன. நாங்கள் வகுப்பறையின் ஒரு மூலையில் நோய் வந்த நாய்க்குட்டிகளைப் போல தரையில் உட்கார்ந்து கொண்டிருக்க வேண்டும்"[11] என்று கூறியுள்ளனர். உயர்சாதி மாணவர்கள் மரப் பெஞ்சுகளில் உட்கார்ந்திருக்கத் தலித் மாணவர்கள் கீழே அமர வைக்கப்பட்டனர் என்று பேபி காம்பிளி குறிப்பிட்டுள்ளார்.பெரும்பாலான பள்ளிக்கூட்டங்களில் தலித்துகள் ஆதிக்கச் சாதி மாணவர்களுக்கு அருகில் அமரவைக்கப்படுவதில்லை. இந்நிலை இந்தியா முழுக்க இருந்துள்ளது. தலித்துகள் அருகில் அமர்ந்தால் தீட்டு உண்டாகிவிடும் என்பதால் அருகில் அமர வைப்பதில்லை.

ஒய்.பி. சத்தியநாராயணா தாம் வகுப்பறையில் அமர்ந்த நிலை குறித்துக் குறிப்பிடும்போது, "வகுப்பறையின் ஒரு ஓரத்தில் தாங்கள் கொண்டுவந்திருந்த சாக்கை விரித்து அதில் குந்த வைத்து அமர்ந்திருந்தனர். தீட்டாகிவிடும் என்ற பயத்தில் மற்ற குழந்தைகள் இவர்களைத் தொடுவதையே தவிர்த்தனர். ஆசிரியர் இவர்களின் சிலேட்டில் எழுத வேண்டியிருந்தால் ஒரு இந்துப் பையனை அழைத்து இவர்களின் சிலேட்டில் தண்ணீர் தெளித்து அதைத் தீட்டு நீக்கிச் சுத்தம் செய்த பின்னரே அதில்

எழுதினார்"[12] என்று குறிப்பிட்டுள்ளார். சக மாணவர்களும் ஆசிரியர்களும் தலித் மாணவர்களை ஒதுக்கியே வைத்திருந்தனர். உயர் சாதி மாணவர்கள் தலித் மாணவர்களோடு விளையாடுதல், உணவருந்துதல், ஒன்றாகச் சேர்ந்து இருப்பது போன்றவற்றில் தவிர்த்துள்ளனர். சமத்துவம் பேணக்கூடிய பள்ளிகளில் சாதி பார்த்தல் என்பது சமூகத்தைச் சீரழிக்கும் செயலாகும். எல்லா இடங்களிலும் சாதி நிறைந்திருக்கும்பொழுது பள்ளிகளில் சாதி இல்லாமல் இருக்குமா? சாதியால் தலித் குழந்தைகள் பாதிக்கப்படுகிறார்கள் என்பது வேதனைக்குரிய ஒன்று.

உத்தரகாண்ட் மாநிலம், சம்பவாத் மாவட்டம் சுசித்தாங் பகுதியில் உள்ள அரசுப் பள்ளியில் மோஜன் மாதா திட்டம் தொடங்கப்பட்டது. இந்தத் திட்டத்தில் சமையல் செய்வதற்காகத் தாழ்த்தப்பட்ட வகுப்பைச் சேர்ந்த பெண் பணியில் சேர்க்கப்பட்டார். தாழ்த்தப்பட்ட பெண் சமையல் செய்த உணவைச் சாப்பிட மறுத்த உயர்சாதி மாணவர்கள், வீட்டிலிருந்து உணவு கொண்டுவந்து சாப்பிட்டனர். தாழ்த்தப்பட்ட பெண் நியமனத்திற்கு மாணவர்களின் பெற்றோர் கடுமையாக எதிர்த்தனர். இதனைத் தொடர்ந்து தலைமைக் கல்வி அதிகாரி ஆர்சி புரோஹித் அந்தப் பெண் நியமனத்தை ரத்து செய்தார் என்று செய்தித்தாள்களில் (அக்.2021) செய்தி வந்ததைப் பார்த்தோம்.

இந்திய மக்கள் தொகையில் 27 சதவீதம்பேர் தீண்டாமையைக் கடைபிடிக்கின்றனர். இந்தியா முழுவதும் தீண்டாமை 52 சதவீதம் பிராமணர்களிடம் 33 சதவீதம் பிற்படுத்தப்பட்ட வகுப்பினரிடமும் 24 சதவீதம் பிராமணரல்லாத முன்னோடி சாதியினரிடமும் கடைபிடிக்கப்படுகிறது (பண்டாரே நமிதா - டிசம்பர் 6, 2019, இந்துஸ்தான் டைம்ஸ், 17 பிப். 2021) தீண்டாமை சிறுபான்மை மதங்களைச் சேர்ந்தவர்களாலும் கடைபிடிக்கப்படுகிறது. சீக்கியர்களில் 23 சதவீதம் முஸ்லீம்களில் 18 சதவீதம் கிறிஸ்வர்களில் 5 சதவீதம். (தரூர் சஷி 8 டிசம்பர் 2014)

மாநிலம் தழுவிய தரவுகளின்படி, தீண்டாமை பொதுவாக மத்தியப் பிரதேசத்தில் 53 சதவீதம், ஹிமாச்சலப் பிரதேசம் 50 சதவீதம், சத்தீஸ்கர் 48 சதவீதம், ராஜஸ்தான் மற்றும் பீஹார்

47 சதவீதம், உத்திரப் பிரதேசம் 43 சதவீதம், உத்தரகாண்ட் 40 சதவீதம் பின்பற்றப்படுகிறது. (சிஷ்டி, சீமா - 29 நவம்பர் 2014, இந்தியன் எக்ஸ்பிரஸ் 30 ஜூலை 2017)

திருப்பூர் மாவட்டம் அவினாசி ஒன்றியத்தில் தங்கள் குழந்தைகள் படிக்கும் பள்ளியில் தலித் பெண் சமைக்கக்கூடாது எனச் சாதி இந்துக்கள் போராட்டம் செய்தனர். அதேபோல் தலித் மாணவர்கள் பள்ளிகளில் சேர்த்துக்கொள்ளப்படுவது, வேலை செய்வதற்காகத்தான் என்று ஓம்பிரகாஷ் வால்மீகி குறிப்பிட்டுள்ளார். பள்ளிகளில் வேலை செய்வதற்கு ஆட்கள் இல்லாத சூழலில் வகுப்பறை, கழிப்பறை, விளையாட்டு மைதானம் போன்றவற்றைத் சுத்தம் செய்யத் தலித் மாணவர்களையே ஆசிரியர்கள் பயன்படுத்திக் கொள்கின்றனர். பள்ளியில் சேர்ந்த ஓம்பிரகாஷ் வால்மீகியிடம் தலைமையாசிரியர் உன் பெயர் என்ன எனக் கேட்கிறார். ஓம்பிரகாஷ் என்று கூறுகிறார். சுஹ்ரா சாதிக்காரனா எனத் தலைமையாசிரியர் கேட்கிறார். ஆமாம் என்று இவர் கூறுகிறார். "சரி அங்கே ஒரு தேக்குமரம் தெரியுது பார். அதில் ஏறி சில கிளைகளை உடைத்து ஒரு விளக்கமாறைத் தயார் செய். பள்ளி முழுவதையும் கண்ணாடிபோல சுத்தமாகப் பெருக்கு. இதுதான் உன்னுடைய குடும்பத் தொழில் தெரியுமா"[13] என்று கூறிப் பள்ளி முழுக்கக் கூட்டிப் பெருக்க வைக்கிறார். தலைமையாசிரியர் சொன்ன வேலைகளையெல்லாம் செய்து முடித்த வால்மீகியை விளையாட்டு மைதானம் முழுக்கச் சுத்தம் செய்ய வைக்கிறார். இப்படியாகவே பல நாட்கள் வகுப்பில் உட்கார்ந்து பாடத்தைக் கவனிக்கக் கூடிய சூழலைத் தராமல் தலைமையாசிரியர் ஓம்பிரகாஷ் வால்மீகியிடம் வேலையை மட்டும் வாங்குகிறார். வால்மீகி ஒரு நாள் வேலை எதுவும் செய்யாமல் வகுப்பில் உட்கார்ந்து விடுகிறார். தலைமையாசிரியர் வந்து கூட்டவில்லை என்றால் பள்ளிக்கூடத்தை விட்டு உன்னை நீக்கிவிடுவேன் என்று பயமுறுத்துகிறார். ஓம்பிரகாஷ் வால்மீகியும் பயந்துபோய் கூட்டுகிறார். தலித் மாணவர்கள் மட்டுமே இப்படியான வேலைக்குப் பயன்பட்டனர். வேறு சாதி மாணவர்களிடம் எந்தவொரு வேலையும் வாங்குவது இல்லை. இன்னும் குறிப்பாகப் பாலியல் ரீதியாகத் தலித் மாணவர்களை ஆசிரியர் பயன்படுத்திக் கொண்டனர் என்றும் ஓம்பிரகாஷ் வால்மீகி

கூறியுள்ளார். இன்றைக்கும்கூடப் பல பள்ளிகளில் தலித் மாணவர்களைக் கொண்டு பள்ளிகளைச் சுத்தம் செய்யக்கூடிய நிகழ்வுகள் நடந்து கொண்டுதான் இருக்கின்றன.

திருவண்ணாமலை மாவட்டத்தில் கீழ்க்கொடுங்காலூர் கிராமத்தில் உள்ள அரசுப் பள்ளியில், 9ஆம் வகுப்புப் படிக்கும் பழங்குடிச் சமூகத்தைச் சேர்ந்த சுகுமார் என்ற மாணவனைத் தலைமையாசிரியர் சாதிப் பெயரைச் சொல்லி இழிவுப்படுத்தி மாற்றுச் சான்றிதழ் பெற்றுச் செல்லுமாறு கூறியுள்ளார். இதேபோன்று கடலூர் அருகே திட்டக்குடி அடுத்த எழுத்தூர் கிராமத் தொடக்கப்பள்ளி மாணவர்களைத் தலைமையாசிரியர் சாதிவாரியாக அமர வைத்ததாகக் குற்றச்சாட்டு எழுந்தது. (https://m.dinakaran.com (article) News - Detail 16212/amp.)

மதுரை மாவட்டம் மேலூர் வட்டம், கீழையூர் ஊராட்சி ஒன்றிய நடுநிலைப் பள்ளியின் தலைமையாசிரியர் தலித் மாணவ மாணவியரைக் கழிப்பறையைச் சுத்தம் செய்ய வைத்துள்ளார்.

மாவு அரைப்பது, வீட்டு வேலைகள் வாங்கிக் கொள்ளுதல் போன்றவற்றிற்காகத் தலித் மாணவர்கள் பயன்படுத்தப்படுகின்றனர். அரிசி வாங்குவதற்கும் கோதுமைகளைத் தூக்கி வருவதற்கும் தலித் மாணவர்களிடம் மட்டுமே வேலைகள் வாங்கப்பட்டன. பிற மாணவர்களை இதுபோன்ற வேலைகளுக்கு ஆசிரியர்கள் பயன்படுத்துவதில்லை. அவர்களிடம் வேலை வாங்கவும் முடியாது. தலித் மாணவர்களை இதுபோன்ற வேலைகளுக்கு ஆசிரியர்கள் பயன்படுத்தினர். மிரட்டி வேலை வாங்கிக் கொண்டனர். விழிப்புணர்வற்றத் தலித் மாணவர்களும் ஆசிரியர்கள் கூறிய அனைத்து வேலைகளையும் செய்துள்ளதாகத் தலித் தன்வரலாறுகள் கூறியுள்ளன.

தலித் மாணவர்கள் நன்றாகப் படித்தாலும் ஏதாவதொருக் காரணத்திற்காக அம்மாணவர்களை ஆசிரியர்கள் அடித்துள்ளனர். பேபி காம்ப்ளி முதலான தலித் தன்வரலாறுகளை எழுதிய பலரும் அடிவாங்கியது குறித்து, தன்வரலாறுகளில் பதிவு. செய்துள்ளனர். ஆசிரியரிடம் கேள்வி கேட்டதற்காகவும் நல்ல உடை அணிந்து வந்ததற்காகவும் ஓம்பிரகாஷ் வால்மீகியை ஆசிரியர் அடிக்கிறார். சர்ச்சில் இடையில் ஒருவரி சொல்லாமல் விட்டதற்காகப் பாமாவை ஆசிரியர் ஒருவர் தலையில்

கொட்டுகிறார். தங்களுக்கு உரிமையுள்ள புளியமரத்தில் ஆதிக்கச் சாதிக்காரன் ஒருவன் புளியம்பூவைப் பறிக்கிறான். ஏன் அப்படிச் செய்கிறாய் எனக் கேட்டதற்காகக் கே.ஏ. குணசேகரனை அவன் அறைந்துவிட்டுச் செல்கிறான். தலித் என்பதற்காக மட்டுமே இப்படிப் பல இடங்களில் அடிவாங்கிய நிகழ்வுகளைத் தலித் தன்வரலாறுகளை எழுதியோர் பதிவு செய்துள்ளனர். இதெல்லாம் மனித உரிமை மீறல்கள். அடிப்பது தவறு என்று நினைக்காமல் அது தமது உரிமை என உயர்சாதியினர் நினைத்துக்கொள்கின்றனர். அதனால்தான் தலித்துகளை ஆசிரியர்களும் ஆதிக்கச் சாதியினரும் அடிக்கின்றனர்.

இதனுடைய உச்சமாக மலம் அள்ளுதல் குறித்துப் பேபி காம்ப்ளி தன் சுதந்திரக் காற்றுத் தன் வரலாறில் கூறியுள்ளார். உயர்சாதியினர் வீட்டில் நடக்கும் திருமணத்தில் அனைத்து வேலைகளையும் மஹர் சாதியினர் உரிமையுடன் செய்ய வேண்டும். அப்படிச் செய்வது தம் கடமை என மஹர் நினைக்க வேண்டும். மணப்பெண், மணமகன் இரண்டு வீடுகளிலும் எல்லா வேலைகளையும் மஹர் சாதியினர்தான் செய்ய வேண்டும். இது எழுதப்படாத விதி. "அடுப்பெரிக்க விறகு சேகரிப்பதில் இருந்து காலையில் அக்கா குளிப்பதற்கான ஏற்பாடுகள் வரை, மஹர் சாதியினர் தான் செய்ய வேண்டும். வீட்டைவிட்டு அக்கா வெளியில் எதற்கும் போகக்கூடாது. கெட்ட ஆவிகள் பிடித்துக்கொள்ளும் என்று பயந்தனர். அதனால் காலை நேரம் அவள் குப்பைத் தொட்டியிலேயே மலம் கழித்து வைப்பாள். அந்த மலத்தை மஹர் சாதியினர்தான் அள்ளி எடுத்துச் சென்று எரிய வேண்டும். வீட்டைக் கூட்ட வேண்டும். அவ்வீட்டிலுள்ள குழந்தைகளின் மலத்தை அள்ளி சுத்தம் செய்ய வேண்டும். இழிவான மற்றும் கடினமான வேலைகள் அனைத்தையும் மஹர் சாதியினர் உரிமையுடன் செய்ய வேண்டிய வேலைகளாகும்"[14] இந்த இடத்தில் எந்தவொரு வேலையும் செய்ய முடியாது என மறுத்துக் கூறுவதற்கு மஹர் சாதியினருக்கு உரிமை கிடையாது. இந்த வேலையைச் செய்ததற்காக ஊதியம் எதுவும் கொடுக்கமாட்டார்கள்`. அதற்கு மாறாக, விருந்து முடிந்தவுடன் மீதமான உணவுகளை மஹர்களுக்கு வழங்குவார்கள். இந்த உணவு மஹர்களுக்குப் பிரித்துக் கொடுக்கப்படும். மீதமான உணவுக்காக மட்டுமே எல்லா வேலைகளையும் செய்ய

வேண்டும். அப்படி வேலை செய்ய வேண்டியது மஹர் சாதியினரின் கடமை என அறிவுறுத்தப்பட்டது. அப்படி வேலை செய்யாவிட்டால் மீதமான உணவுகள் கிடைக்காமல் போகுமோ என நினைத்த மஹர் சாதியினர் எல்லா வேலைகளையும் செய்ததாகப் பேபி காம்ப்ளி குறிப்பிட்டுள்ளார். தலித்துகளின் வறுமையைப் பயன்படுத்திக்கொள்கின்ற ஆதிக்கச் சாதியினர் அவர்களை மிக மோசமாகப் பயன்படுத்திக்கொள்கின்றனர்.

கே.ஏ. குணசேகரன் தலித்தாக இருப்பதால் மட்டுமே சாதிக் கொடுமையிலிருந்து மீள முடியவில்லை என்கிறார். தலித்தாக யார் இருந்தாலும் அவர்கள் அனைவரும் சாதிக் கொடுமையை அனுபவித்திருக்க வேண்டும். பள்ளிக்கூடத்தில் உதவித் தொகை வாங்குவதற்கு, ஹெட்மேனிடம் கையெழுத்து வாங்க வேண்டும். அவரிடம் கையெழுத்து வாங்கச் சென்றால், அழகா (கே.ஏ.குணசேகரனின் அப்பா) அந்த மாட்டை அவுத்துக்கட்டு, அந்த வாய்க்காலை வெட்டிவிடு என்று வேலை வாங்கிக் கொண்ட பிறகே, கையெழுத்து இடுவார். இத்தனைக்கும் கே.ஏ.குணசேகரனின் அப்பா வாத்தியார் வேலை பார்த்தவர். ஆனாலும் அவர் வாத்தியாராக இருந்தாலும் தலித் என்பதால் அவரிடம் வேலை வாங்கிவிட்டுக் கையெழுத்துப் போட்டுத் தந்த அதிகாரி குறித்து கே.ஏ.குணசேகரன் குறிப்பிட்டுள்ளார். தலித்துகள் தாங்கள் சொல்கிற வேலையை எதிர்க்கேள்விகளின்றிக் கேட்ட வேண்டும். ஏவுகின்ற வேலைகளைச் செய்தால் தலித்துகளின் உரிமைகள் பரிசீலிக்கப்படும். வேலைகள் செய்யவில்லையென்றால் உதவமாட்டார்கள். இந்த நடைமுறை பல இடங்களில் இன்றைக்கும் பின்பற்றப்படுகிறது.

குடிப்பதற்காகத் தண்ணீர் யார் கேட்டாலும் முதலில் வரக்கூடிய கேள்வி நீங்கள் என்ன ஆளுக; என்பதுதான். இந்தக் கேள்வி பல இடங்களில் கேட்கப்படுகிறது. வழியில் சென்று கொண்டிருக்கக் கூடிய மாட்டுவண்டியில் ஏறிக்கொள்வதற்கு அனுமதி கேட்ட பொழுது, வண்டிக்காரர் நீங்க என்ன வர்ணம் எனக் கேட்டதாகக் கே.ஏ. குணசேகரன், வடு தன்வரலாற்றில் குறிப்பிட்டுள்ளார். வாடகைக்கு வீடு கேட்கச் சென்றால் இன்றைக்கும் என்ன சாதி நீங்கள் என்ற கேள்வியைத் தவிர்க்க முடியவில்லை. அந்தக் கேள்வியை எதிர்கொள்ளாமல் இருக்க முடியாது.

கே.ஏ. குணசேகரனின் மச்சான் முனியாண்டி ஒரு மருத்துவர். மதுரையில் பணியில் இருந்தவர். மாரந்தைக்காரர்கள் மதுரை மருத்துவமனையில் முனியாண்டியைக் கண்டால், டாக்டர் தம்பி என்றும் மதுரைப் பேருந்து நிலையத்தில் கண்டதும் முனியாண்டி என்றும் மாரந்தை ஊரில் பார்த்தால் ஏண்டா முனியாண்டி என்றும் அழைப்பதாகக் கூறியுள்ளார். சாதியின் காரணமாக மாரந்தைக்கு வந்ததும் உயர்சாதிக்காரர்கள் பறையன்தானே என்று டே இட்டு அழைப்பது ஆதிக்கச் சாதியினரின் ஆதிக்கத்தைக் காட்டுகிறது. இப்படிப் பல இடங்களில் சாதியால் தான்பட்ட அவமானங்களைக் கே.ஏ. குணசேகரன் தனது வடு தன்வரலாறில் பதிவு செய்துள்ளார்.

எல்லா இடங்களிலும் சாதி நிறைந்து காணப்படுகிறது. சாதி இல்லாத இடம் ஏதுமில்லை. மடங்களில் சேர்ந்து சேவை செய்யலாம் என்று செல்கிற பாமாவிற்கு, மடத்திற்குள் இருக்கின்ற சாதி மிகப் பெரிய அதிர்வலையை ஏற்படுத்துகிறது. மடத்திற்குள் உயர்சாதிக்காரர்களுக்கு ஒரு மரியாதையும் தலித்திற்கு மரியாதை இன்மையும் நிலவுகிறது. தலித்தாக இருப்பதால் மட்டும் அவமானங்களைச் சந்திக்க நேருகிறது. கடவுள் தொண்டு செய்வதற்காக வந்திருக்கும் தனக்கும் தன்னைப்போல இருக்கும் தலித் மாணவர்களுக்கும் மதம் ஒருபோதும் உதவாது. உயர்வு, தாழ்வு என்ற கற்பிதங்களின் அடிப்படையில் இருக்கக்கூடிய கிறித்தவ மத நிறுவனம் ஒருபோதும் சம நீதியைப் பேனாது. சமூக நீதியையும் பேனாது. சாதிகளால் உண்டான ஏற்றத் தாழ்வுகளை நீக்கமுடியாது. சாதி கடவுள்வரை நீண்டுள்ளது. அதனை உடைக்க முடியாது. கடவுள் தொண்டு செய்வதற்கு வந்திருக்கக்கூடிய கன்னியாஸ்திரிகளிடமும் சாதி பரவியுள்ளதால் உயர்வு தாழ்வு இருக்கக்கூடிய மதம் தேவையில்லை எனப் பாமா முடிவு செய்கிறார். இந்த ஏற்றத் தாழ்வுகளைக் கண்ட பாமா மடத்திலிருந்து வெறியேறுகிறார்.

இந்தியாவில் சாதி மிக இறுக்கமாக இருக்கின்றது. சாதியை மீறி எதையும் செய்துவிட முடியாது. தலித் தன் வரலாறுகளை எழுதியவர்கள் தாங்கள் சாதியின் காரணமாகப் பட்ட அவமானங்களை வெறுக்கிறார்கள். தாங்கள் பட்ட அவமானங்களைப் போலத் தங்களுக்குப் பின்னால் இருக்கின்ற

தலித்துகள் அனுபவிக்கக்கூடாது என நினைக்கிறார்கள். அதன் விளைவுதான் இந்தத் தலித் தன்வரலாறுகள். சாதியை எதிர்ப்பதன் வழியாகச் சமத்துவத்தை ஏற்படுத்த முயன்றுள்ளனர். தலித் தன்வரலாறுகள் சாதியை எதிர்த்துச் சமத்துவத்தைப் பரவவிட முயல்கிறது. சாதி மறுத்துச் சமத்துவம் பேசும் தலித் தன்வரலாறுகள் சாதி கடந்து வாசிக்கப்படும்போது சாதியை வெறுக்கும் நிலை உண்டாகும். அப்போது சாதி துண்டாடப்படும். சாதி ஒழியும்.

தீண்டாமை

இந்தியாவில் சாதியின் ஆதிக்க மனப்போக்கால் தீண்டாமை கடைப்பிடிக்கப்படுகிறது. இது ஓர் நோய். மனிதர்கள் சமம் என்கிற மன நிலை உற்பத்தி ஆகாதவரை இங்குத் தீண்டாமையை ஒழிக்க முடியாது. தீண்டாமை குறித்து டாக்டர் அம்பேத்கர் குறிப்பிடும்போது, "தீண்டாமை என்பது சாதி இந்துக்களின் ஒருவகையான மனநோய். இந்த நோய் எனக்கில்லை. ஆனால், இது ஒரு மனச்சுளுக்கு. தீண்டாமையை கடைப்பிடிப்பது சரியானது என்ற ஒவ்வொரு இந்துவும் நம்புகிறார்கள். பல்லாயிரம் ஆண்டுகளாக இந்துக்களிடம் உள்ள இந்த மனச்சுளுக்கினை என்னுடைய நண்பர் எப்படி தீர்க்கப்போகிறார் என்று எனக்குப் புரியவில்லை. இந்துக்கள் அனைவரும் ஒருவகையான மனநல மருத்துவமனைக்கு அனுப்பப்பட்டால் ஒழிய, அவர்களை இந்நோயிலிருந்து குணப்படுத்துவது மிகவும் கடினமாகும்"[15] என்று கூறியுள்ளார். தீண்டாமை என்பது மனநிலை சம்பந்தப்பட்டது. அதனை ஒழிக்க வேண்டும் என்றால் தீண்டாமையை யார் பின்பற்றுகிறார்களோ அவர்களால்தான் ஒழிக்க முடியும். தீண்டாமையைப் பின்பற்றுவது சமூகக் கடமை என ஆதிக்கச் சாதியினர் நினைக்கின்றனர். தீண்டாமை என்றால் என்ன என்றே தெரியாத காலகட்டம் ஒன்று இருந்தது. அந்தக் காலத்தைப் போலத் தீண்டாமை இல்லாத சமூகமாக மாறவேண்டும் என்றால் சாதியை ஒழிக்க வேண்டும். சாதியை ஒழிக்காமல் தீண்டாமையை ஒழிக்கமுடியாது. சாதியை ஒழிக்க வேண்டும் என்றால் மதத்தை ஒழிக்க வேண்டும். மதத்தை ஒழிக்க வேண்டும் என்றால் கடவுளை ஒழிக்க வேண்டும். அப்போதுதான் மனிதனை மனிதனாக நேசிக்கக் கூடிய சமூகம் உருவாகும்.

சாதித் தீண்டாமை ஒழிக்கப்பட வேண்டும் என்றால் தலித்துகளைச் சக மனிதர்களாக ஏற்றுக்கொள்கிற மனநிலை உற்பத்தியாக வேண்டும். ஏனென்றால், "சாதித் தீண்டாமை என்பது சமூகத்தின் கடைமட்ட மக்கள் மீதுதான் திட்டமிடப்பட்டு ஆழ திணிக்கப்பட்டுள்ளது போலவே! வறுமைக் கோட்டிற்குக் கீழ் வாழும் மக்கள் 33 சதவீத தீண்டாமையைக் கடைபிடிப்பதாக இந்த புள்ளிவிவரம் கூறுகிறது. இரண்டாம் நிலை நடுத்தர சமூகம் 29 சதவிகித தீண்டாமையைக் கடைபிடிக்கிறது. ஒரு சராசரி நடுத்தர சமூகத்தை சேர்ந்த மக்கள் 26 சதவீதமும் நான்காம் நடுத்தர சமூகத்தைச் சேர்ந்த மக்கள் 25 சதவிகிதமும் தீண்டாமையை கடைபிடிக்கின்றனர். உயர்தர சமூகத்தை அதாவது பணக்கார அந்தஸ்தை பெற்றவர்கள் 23 சதவிகித தீண்டாமையை இன்றளவும் பின்பற்றுகின்றனர்"[16] தமிழகத்தில் 646 கிராமங்களில் இன்றும் தீண்டாமைக் கொடுமை உள்ளதாகத் தகவல் அறியும் உரிமைச் சட்டத்தின் மூலம் தகவல் கிடைத்துள்ளது.

தீண்டாமை ஒழிக்கப்பட வேண்டும். அது ஒரு மனநோய். அதனை விரட்டினால்தான் சமூகம் மேம்படும். மனிதர்கள் ஒருவரை ஒருவர் புரிந்துகொண்டு நடந்துகொள்ளும் போதுதான், சமூகம் சிந்தனை முறையில் மேன்மையுறும். சமத்துவம், சகோதரத்துவம் நிலைபெற்றால்தான் சமூகம் அறிவு ரீதியான வலிமையைப் பெற முடியும். தீண்டாமையை ஒழிக்க வேண்டுமென்று இலக்கியங்கள் பல காலமாய் வலியுறுத்தியுள்ளன. அதில் குறிப்பிடத்தக்கவை தலித் தன்வரலாறுகள். தலித் தன்வரலாறுகளை எழுதியவர்கள் தீண்டாமைக் கொடுமையை முழுமையாக அனுபவித்தவர்கள். அதனால் தீண்டாமையை எதிர்க்கின்றனர். "தீண்டாமையின் மனிதத் தன்மையற்ற பண்புகள் தலித் சுயசரிதைகளில் ஆங்காங்கே வெளிப்படுவதைக் காணலாம். அந்த விதத்தில் தீண்டாமைக்க எதிரான கருத்தியலைப் பரப்புவதற்கு இந்தத் தலித் சுயசரிதைகள் பயன்படுகின்றன"[17] இந்தியா முழுக்க வாழ்கின்ற தலித்துகள் இன்றைக்கும் தீண்டாமை அனுபவிக்கின்றனர்.

இந்தியா முழுக்கப் பல்வேறு மாநிலங்களில் வாழக்கூடிய தலித்துகள் வெவ்வேறு பண்பாட்டுச் சூழல்களால்

வேறுபட்டுள்ளனர். ஆனால், அவர்களிடம் மேல் சாதியினர் காட்டக் கூடிய தீண்டாமைகள் பெரும்பாலும் ஒரே மாதிரியாக அமைந்துள்ளன. தலித் மக்கள் தீண்டாமைக் கொடுமைகளை இன்றைக்கும் அனுபவிக்கின்றனர். (எ.கா) தமிழகத்தில் பல்வேறு கிராமங்களில் வாழ்கின்ற தலித்துகள் தீண்டாமைக்கு உள்ளாக்கப்படுகின்றனர். கோயம்புத்தூர்-23 கிராமங்கள், ராமநாதபுரம்-45, விழுப்புரம்-32, திண்டுக்கல்-22, திருச்சி-9, திருவாரூர்-158, தர்மபுரி-18, சேலம்-18, நீலகிரி-3, புதுக்கோட்டை-11, விருதுநகர்-18, கிருஷ்ணகிரி-35, நாமக்கல்-35, சிவகங்கை-49, தூத்துக்குடி -34, நாகப்பட்டினம்-30, காஞ்சிபுரம்-19, கன்னியாகுமரி-9, தேனி-10, கடலூர்-38 கிராமங்களில் தீண்டாமை பின்பற்றப்படுகிறது. தென்னிந்தியாவில் 1375 கிராமங்களில் தீண்டாமை பின்பற்றப்படுகிறது என்று புள்ளி விவரங்கள் தெரிவிக்கின்றன.

இந்தியாவில் தலித் ஆளுமைகளால் எழுதப்பட்டத் தன்வரலாறுகள், தலித்துக்கு ஏற்பட்ட தீண்டாமைகள் குறித்து அக்கறையுடன் பதிவு செய்துள்ளன. தலித் தன் வரலாறுகளில் பதிவுபெற்றுள்ள தீண்டாமைகளைக் கீழ்க் கண்டவாறு பிரித்துக்கொள்ளலாம்.

1. தண்ணீர்த் தீண்டாமை
2. புழங்கு பொருட்கள் தீண்டாமை
3. விறகுத் தீண்டாமை
4. மனிதத் தீண்டாமை
5. உணவுத் தீண்டாமை
6. செருப்புத் தைத்துத்தர மறுத்தல்
7. முடிவெட்ட மறுத்தல்
8. பெட்டித் தீண்டாமை
9. மாடு தீண்டாமை / நாய் தீண்டாமை
10. படித் தீண்டாமை
11. பெயர்த் தீண்டாமை
12. சாதித் தீண்டாமை

தண்ணீர்த் தீண்டாமை

தலித் மக்களுக்கு அத்தியாவசியமாக இருக்கக்கூடிய தண்ணீரைத் தர ஆதிக்கச் சாதியினர் மறுக்கின்றனர். தண்ணீர் எல்லா உயிர்களுக்கும் பொது. ஆனால், தண்ணீரை அதிகாரத்தின் குறியீடாக இந்தியச் சமூகம் பார்க்கின்றது. தலித்துகளுக்கு அசுத்தமான தண்ணீரும் ஆதிக்கச் சாதியினருக்குச் சுத்தமானத் தண்ணீரும் கிடைப்பதற்கான வழிவகைகள் செய்யப்பட்டுள்ளன. பொதுவாக இருக்கக்கூடிய கிணறுகளிலோ, குழாய்களிலோ, குளங்களிலோ உள்ள தண்ணீரைத் தலித்துகள் பயன்படுத்திவிடமுடியாது. அப்படிப் பயன்படுத்துவது குற்றமாகும். தலித்துகள் தண்ணீரைத் தொட்டால் அது தீட்டாகிவிடும் என்று ஆதிக்க சாதியினர் நம்புகின்றனர். எனவே, அந்தத் தீட்டான தண்ணீரை, உயர் சாதியினர் பயன்படுத்த முடியாது. பின்னர் அந்தத் தண்ணீரைச் சுத்தம் செய்வதற்காக மாட்டின் கோமியத்தை ஊற்றிச் சுத்தம் செய்ய வேண்டும். அதனால் தலித்துகளுக்குத் தண்ணீர் மீதான உரிமை காலங்காலமாக மறுக்கப்பட்டு இருக்கின்றது. "மிகக் குறைந்த அளவு தண்ணீர் பெறுதல், ஆதிக்கச் சாதியினரிடமிருந்து அவமதிப்புகளையும் ஒடுக்கு முறைகளையும் எதிர்கொள்ளுதல், தண்ணீரை அனுபவிப்பதனை ஏற்றுக்கொள்ள மறுக்கும் சாதி இந்துக்களின் மனப்பான்மை ஆகிய சிக்கல்களைத் தலித்துகள் அனுபவித்து வருவதற்குப் புனிதம் x தீட்டு என்ற கருத்தாக்கம், சமூக அமைப்பில் அவர்களின் படிநிலை ஆகியவை அடிப்படைக் காரணங்கள்"[18] ஆகின்றன. இந்தியா முழுக்க வாழக்கூடியத் தலித்துகளின் நிலைமை இதுவாகத்தான் இருக்கின்றது. தலித்துகள் தண்ணீருக்கான உரிமையைப் பெற்றுவிடக்கூடாது என்பதில் ஆதிக்கச் சாதியினர் உறுதியாக இருக்கின்றனர்.

நிலம், நீர், காற்று ஆகியவை உயிரினங்கள் வாழ்வதற்கு அடிப்படையானவைகள். தலித்துகளிடமிருந்து நிலங்கள் பறிக்கப்பட்டப் பிறகு, அவர்களுக்கு இருந்த நீர் உரிமையை ஆதிக்கச் சாதியினர் மறுத்துள்ளனர். இது தலித்துகளின் உயிர் வாழ்தலின் உரிமையைப் பறிக்கும் நிகழ்வு. தண்ணீருக்கான உரிமையை மறுப்பதன் வழியாகத் தலித்துகள் உயிர்

வாழ்வதற்கான உரிமை மறுக்கப்படுகிறது. நிலம் இல்லாமல் வாழலாம். நீர் இல்லாமல் வாழ முடியாது. அதனால்தான் நீரினைப் புனிதம் x தீட்டு என்ற அடிப்படையில் பிரித்துக் கற்பிதம் செய்துள்ளனர்.

சமீபத்தில் ஆந்திரப் பிரதேசத்தில் சுமார் 50 கிராமங்களில் எடுக்கப்பட்டப் புள்ளிவிபரத்தின்படி, தலித்துகள் தண்ணீரை அணுகுதல் மற்றும் அனுபவித்தலில் பின்வரும் நிலைமையே நீடித்து வருகிறது.

1. "74% தலித்துகள் நீராதரங்களை அணுகுவதில் பாகுபாட்டினை அனுபவிக்கின்றனர்.
2. 68% தலித்துகள் பாசன நீராதரங்களை அணுகுவதில் பாகுபாட்டினை அனுபவிக்கின்றனர்.
3. 43% தலித்துகள் குடிநீர் பருகுவதில் பாகுபாட்டினைச் சந்திக்கின்றனர்"[19]

இதுதான் இந்தியச் சூழலாகவும் இருக்கின்றது. தலித் தன்வரலாறுகளை எழுதியவர்கள் 1940 முதல் 1980கள் வரையிலான காலகட்டத்தைப் பதிவு செய்தவர்கள். இந்தக் காலகட்டத்தில் இந்தியாவில் வாழ்ந்த தலித்துகளுக்கு, நீர் உரிமை எவ்வாறு மறுக்கப்பட்டு இருந்தது என்பதை இவர்கள் தெளிவுபடுத்தியுள்ளனர். நீர் உரிமை மறுக்கப்பட்டிருந்ததைப் புனைவாகச் சொல்லாமல் வாழ்வினூடாகச் சொல்லியுள்ளதால் நீர் குறித்த பதிவுகள் வரலாறாக மாறியுள்ளது.

தலித் தன்வரலாறுகள் தலித் மக்களுக்கு நீர் மறுக்கப்பட்டதையும் அவர்கள் தொட்டால் தீட்டாகிவிடும் என்ற பொருண்மையிலேயே சொல்லப்பட்டுள்ளது. பாமா, பேபி காம்ப்ளி, கே.ஏ.குணசேகரன், சரண்குமார் லிம்பாலே, அரவிந்த் மாளகத்தி, ஓம்பிரகாஷ் வால்மீகி, ஒய்.பி. சத்தியநாராயணா போன்ற பலரும் தண்ணீர்த் தீட்டுக் குறித்துப் பதிவு செய்துள்ளனர். இந்தப் பதிவுகளின் வழியாக இந்திய ஆதிக்கச் சாதியினரின் மன நிலையையும் வக்கிரத்தையும் புரிந்துகொள்ள முடிகிறது.

ஓம்பிரகாஷ் வால்மீகி தன்னுடைய தன்வரலாறில் இரண்டு இடங்களில் தண்ணீர்த் தீண்டாமை குறித்துக் குறிப்பிட்டுள்ளார். அவர் பள்ளியில் படித்த காலகட்டத்தில் பள்ளியில் வைக்கப்பட்டிருக்கும் தண்ணீரை எடுத்துக் குடித்துவிட முடியாது. தனியாக ஒரு தம்ளரை எடுத்துச் செல்ல வேண்டும் . பியூன் எட்டி நின்று அந்தத் தம்ளரின் தண்ணீர் ஊற்றுவார். அவரைத் தொட்டுவிடாமல் தண்ணீர் வாங்கிக் குடிக்க வேண்டும். தண்ணீர் குடத்தையோ தம்ளரையோ நாங்கள் தொடக்கூடாது என்று குறிப்பிட்டுள்ளார். மற்றொரு இடத்தில் பள்ளிக்குப் புதிதாகச் சேர்ந்த ஆசிரியர் ஓம்பிரகாஷ் வால்மீகியிடம் (சுஹ்ரா சாதி என்பது தெரியாமல்) தனக்குத் தண்ணீர் எடுத்துவரக் கூறுகிறார். ஓம்பிரகாஷ் வால்மீகி தான் சுஹ்ரா சாதியைச் சேர்ந்தவன். நான் தண்ணீரைத் தொடக்கூடாது என்று கூறியபின், நீங்கள் தண்ணீர் எடுத்துவர வேண்டும் எனக் கட்டளையிட்டால் நான் எடுத்து வருகிறேன் என்கிறார். ஆசிரியர் தன் தவறை உணர்ந்து, தண்ணீர் எடுக்க நீ செல்ல வேண்டாம் என்று கூறிவிட்டுத் தியாகி (ஆதிக்கச் சாதி) சாதியைச் சேர்ந்த பையனைத் தண்ணீர் எடுத்துவரக் கூறுகிறார். தண்ணீரைத் தொட்டாலே அது தீட்டாகிவிடும் என்ற நிலையில், தலித் மாணவர்களின் நிலை கொடூரமானது. பள்ளியில் பெஞ்சுகளில் அமர்வதற்கு அனுமதி இல்லை. தவித்த நேரத்தில் தண்ணீர் குடிப்பதற்கு உரிமை இல்லை. தலித் பிள்ளைகள் இவ்வாறு பல கொடுமைகளைப் பள்ளிப் பருவத்தில் அனுபவித்துள்ளனர். அந்த வேதனையைத் தான் அனுபவித்த விதத்தை ஓம்பிரகாஷ் வால்மீகி வேதனையுடன் பதிவு செய்துள்ளார்.

அனார்யா (நாதியற்றவன்) தன் வரலாறை எழுதிய சரண்குமார் லிம்பாலே, பல இடங்களில் தண்ணீர்த் தீண்டாமை குறித்து எழுதியுள்ளார். தண்ணீர்த் தீண்டாமை இருந்ததைக் கண்டிக்கிறார். சரண்குமார் லிம்பாலே வீட்டில் சாராயம் காய்ச்சுவார்கள். அந்தச் சாராயத்தை எல்லாச் சாதியினரும் வந்து குடித்துச் செல்வர். இது குறித்து அவர் குறிப்பிடும்போது, “ஒரு மஹரின் வீட்டிலிருந்து குடிகாரர்கள் சாராயத்தை வாங்குவார்களே தவிர, தண்ணீர் வாங்கமாட்டார்கள். அவர் மஹர் பெண்களுடன் பாலியல் ரீதியான உறவு வைத்திருப்பார்கள். ஆனால், அவர்கள் சமைத்த உணவைச் சாப்பிட மாட்டார்கள்”[20] என்று

குறிப்பிட்டுள்ளார். சரண்குமார் லிம்பாலே கூறுவதுபோல, மஹர் குடியிருப்பில் உள்ள தண்ணீர்த் தீட்டு, சாராயம் தீட்டு இல்லை. இது எப்படி நியாயமாகும் எனக் கேட்கிறார்.

பட்டேல் சாதியைச் சேர்ந்த ஷோபி என்ற பெண் சரண்குமார் லிம்பாலேயிடம், நீங்கள் தொட்டால் தண்ணீர்த் தீட்டாகிவிடும் என்று கூறுகிறார். மேலும், தேநீர் கடையில் தேநீர் குடிக்கச் சென்றால் தண்ணீரை உயரத்தில் நின்று கையில் ஊற்றுவதாகக் கூறியுள்ளார். மற்றொரு இடத்தில் ஆதிக்கச் சாதியினரின் கிணற்றில் இறங்கி யாருக்கும் தெரியாமல் தண்ணீர் குடித்ததைக் குறிப்பிட்டுள்ளார். மஹர் சாதியைச் சேர்ந்த தாங்கள் ஆதிக்கச் சாதியினரின் கிணற்றில் தண்ணீர் குடித்தது அவர்களுக்குத் தெரிந்தால் தங்கள் உயிர்போகும் எனக் குறிப்பிட்டுள்ளார். தண்ணீர் என்ற ஒன்று இல்லையென்றால் தீண்டாமை என்ற ஒன்று வந்திருக்காது. தண்ணீரை அடிப்படையாக வைத்தே தீண்டாமை உருவானது.

ஒய்.பி. சத்திய நாராயணா தெலுங்குப் பகுதியில் வாழ்ந்தவர். அவருடைய என் தந்தை பாலய்யா தன்வரலாறில் தண்ணீர் தீண்டாமை குறித்துப் பதிவு செய்துள்ளார். ஒய். பி. சத்தியநாராயணா ரயில்வே காலணியில் இருந்தாலும் அங்கும் தண்ணீர் தீண்டாமைக் கடைப்பிடிக்கப்பட்டதாகக் கூறியுள்ளார். புகை வண்டிகள் இவர்களது குடியிருப்பு அருகில் நிற்கும்போது, ஓட்டுநர் திறந்துவிடும் தண்ணீரைக் குடங்களில் பிடிப்பர். அப்படிப் பிடிக்கும்போது, உயர்சாதிப் பெண்களைத் தீண்டத் தகாதப் பெண் தொட்டுவிட்டால் போதும், உயர் சாதிக்காரப் பெண் தான் பிடித்தத் தண்ணீரைக் கீழே ஊற்றிவிட்டு, மீண்டும் தண்ணீர் பிடிப்பர். தீண்டத்தகாதப் பெண் தன்னைத் தொட்டுவிட்டதால் தான் வைத்திருந்த தண்ணீரும் தீட்டாகிவிட்டது என்ற அடிப்படையில் தீண்டாமை கடைப்பிடிக்கப்பட்டுள்ளது. தன்னைத் தொட்டாலும் தான் பிடித்த தண்ணீரும் தீட்டுப்பட்டுவிட்டது என்பது அர்த்தமாகும். அதன் காரணமாகவே தண்ணீரைக் கீழே ஊற்றிவிட்டுத் தண்ணீர் தந்துள்ளனர். ஒரே குழாயில் பிடிக்கப்பட்ட தண்ணீரை யார் வைத்திருந்தார்கள் என்பதைப் பொறுத்துத் தீட்டு கற்பிக்கப்பட்டுள்ளது. உயர்சாதிப் பெண் வைத்திருக்கும்

தண்ணீர்த் தீட்டு இல்லை. தலித்பெண் வைத்திருக்கும் தண்ணீர்த் தீட்டுக்குரியது

பள்ளிகளில் தண்ணீர்த் தீண்டாமை கடைபிடிக்கப்பட்டுள்ளது. குறித்து தலித் தன்வரலாறுகள் பதிவு செய்துள்ளன. ஆதிக்கச் சாதி ஆசிரியர்களும் மாணவர்களும் தண்ணீர்த் தீண்டாமையைக் கடைபிடித்தது குறித்து ஒய்.பி. சத்தியநாராயனா பின்வருமாறு குறிப்பிட்டுள்ளார். தீண்டத்தகாத சமூகத்திலிருந்து பள்ளி சென்றவர்கள் இவர்கள் மட்டுமே என்பதால் அங்குப் பல அவமதிப்புகளைச் சந்தித்தனர். மற்ற குழந்தைகளிடமிருந்து தனியே அமர வைக்கப்பட்டவர்கள், பள்ளியில் வைக்கப்பட்டிருந்த பானையிலிருந்து தண்ணீர் எடுக்கவும் அனுமதிக்கப்படவில்லை. தங்கள் தாகத்தைத் தீர்த்துக்கொள்ள தொலைவில் இருந்த ஹரிஜன்வாடா வரை நடந்து செல்ல வேண்டியிருந்தது"[21] பள்ளிக்கூடத்தில் தண்ணீர் கிடைக்காததால் ஹரிஜன் மக்கள் வாழக்கூடிய ஹரிஜன் வாடாவிற்குத் தலித் மாணவர்கள் சென்று தண்ணீர் குடித்துள்ளனர். ஆதிக்கச் சாதியினர் தண்ணீர் தரமாட்டார்கள். அதனால், தலித்துகள் வாழக்கூடிய பகுதிக்குச் சென்று, தண்ணீர் குடித்துவிட்டு மீண்டும் பள்ளிக்கூடத்திற்கு வரவேண்டிய நிலை இருந்துள்ளது. வகுப்பு நடைபெற்றுக் கொண்டிருக்கும்போது, தலித் மாணவர்களுக்குத் தாகம் எடுத்தால் தண்ணீர் குடிப்பதற்கு அனுமதி இல்லை. அப்படியே அந்தத் தாகத்தை அடக்கிக்கொண்டு அதற்கான நேரம் வந்தவுடன், தலித் மக்களின் வீடுகளுக்குச் சென்று தண்ணீர் குடிக்க வேண்டும். இப்படியான பல முறைகளில் பள்ளிகளில் தண்ணீர்த் தீட்டுக் கடைபிடிக்கப்பட்டுள்ளது. இயற்கையாகக் கிடைக்கக்கூடியத் தண்ணீரை அதிகாரத்திற்கு உட்பட வைத்ததுதான் ஆதிக்கச் சாதியினரின் சூழ்ச்சி.

தலித் தன்வரலாறுகளில் பதிவாகியிருக்கின்ற தண்ணீர்த் தீண்டாமைகள் பெரும்பாலும் பள்ளிக்கூடச் சூழல் சார்ந்தே பதிவாகியுள்ளன. பள்ளிக்கூடத்தில் தண்ணீர் கிடைக்காமல், தீண்டாமை உச்சமாகப் பின்பற்றப்பட்டச் சூழல்களைத் தலித் தன்வரலாறுகள் விவரித்துள்ளன. சில பள்ளிகளில் தண்ணீர் குடிப்பதற்கு அனுமதிக்கப்பட்டிருந்தது. அப்படியே குடிப்பதற்குத் தண்ணீர் கிடைத்தாலும், அவரவர்குரிய தனித்

தம்ளரில் வாங்கிக் குடிக்க வேண்டும். அவரவருக்குரிய தம்ளரில் அள்ளிக் குடிக்க அனுமதி இல்லை. யாராவது ஊற்றினால் அதனை வாங்கிக் குடிக்கலாம். உற்றுவதற்கு ஒருவர் இருந்தால்தான் தண்ணீரைத் தலித் மாணவர்கள் குடிக்க முடியும். தண்ணீரை ஊற்றக்கூடிய ஒருவர் வரவில்லை என்றாலோ, அல்லது அவருக்குப் பிற வேலைகள் இருந்தாலோ அவரால் தண்ணீர் ஊற்ற முடியாது. தலித் மாணவர்கள் தண்ணீருக்காக அலையும் இந்நிகழ்வுகளைத் தலித் தன்வரலாறுகள் எதிர்ப்பு மன நிலையோடுதான் பதிவு செய்துள்ளன.

வட இந்தியாவில் காணப்படக்கூடிய இத்தகைய நிலைமைகளைப் போலத் தென்னிந்தியாவில் வாழக்கூடிய தலித்துகளுக்கு இல்லை. சித்தலிங்கையா, பாமா, கே.ஏ.குணசேகரன், அரவிந்த மாளகத்தி போன்றோருக்கு வேறுமாதிரியான தீண்டாமை அனுபவங்கள் நேர்ந்துள்ளன. கே.ஏ. குணசேகரன் தனது வடு தன்வரலாறில் தண்ணீர், தீண்டாமை குறித்து எழுதியுள்ளார். அவர் இளையான்குடியிலிருந்து மாரந்தைக்குச் செல்கிறார். அங்கு இருக்கக்கூடியக் குளத்தில் குளிக்கப் போகிறார். “தண்ணியப் பாத்ததுமே இறங்கிக் குளிக்கலாம்னு சட்டையக் கழட்டுனேன். அந்தத் தண்ணீர்த் துறையிலக் குளிச்சிக்கிட்டிருந்த ஒருத்தரு, “டே” எந்தூரு பய நீ? யாரு வூட்டுக்கு வந்திருக்ககேன்னு கேட்டாரு. நான் இந்த ஊருதான். கருப்பன் பேரன்னேன். அவரு, இளையான்குடியில இருந்து வந்த பயலா? இது நாங்க குளிக்குற துறை. அந்தா அங்க ஒரு கல்லு கெடக்குது பாரு! அதுதான் உங்களுக்கு உள்ளது. அந்தத் தொறையில் போய்க் குளின்னார்”[22] ஒவ்வொரு சாதிக்கும் தனித்தனியே துறைகள் இருந்தன. அந்தப் பகுதிகளில்தான் அவரவர் குளித்துக் கொள்ள வேண்டும். வேறு துறைகளில் குளிப்பதற்கு அனுமதி இல்லை. கே.ஏ. குணசேகரன் கூறுவதைப் போல, இளையான் குடியில் இருப்பதுபோல நெகிழ்வுத் தன்மை மாரந்தையில் இல்லை. கிராமங்கள்தான் சாதியையும் தீண்டாமையையும் இறுகப் பிடித்துள்ளன. கிராமங்களில் உள்ள ஆதிக்க மனநிலையை அழிக்காமல் சாதிகளையும் தீண்டாமைகளையும் அழிக்க முடியாது.

ஊர்மிளா பவார் முடையும் வாழ்வு என்ற அவருடைய தன் வரலாறில், எங்கள் வீட்டில் இருந்து சற்று தொலைவில் மராத்தாக்களின் பிராமணர்களின் வீடுகள் இருக்கும். பண்டாரிகளும், குல்வாடிகளும் அவர்களது வீட்டுக் கிணற்றில் இருந்து தண்ணீர் எடுத்துக்கொள்வார்கள். ஆனால், தீண்டத்தகாதவர்கள் அங்கே நீர் எடுக்க முற்றிலும் தடை இருந்தது. (போப்பு (தமிழில்) *2013:54*) என்று குறிப்பிட்டுள்ளார். இந்தியா முழுக்க வாழ்கின்ற தலித்துகளுக்குத் தண்ணீர் மறுக்கப்பட்டுள்ளது. தண்ணீர் மறுத்தல் என்பது உயிர்வாழ்தலுக்கு மறுத்தல் என்ற பொருளில் கையாளப்படுகிறது. தண்ணீரை அதிகாரத்தின் குறியீடாக ஆதிக்கச் சாதியினர் பார்க்கின்றனர். அதனால்தான் தலித்துகளுக்குத் தண்ணீர் தர மறுத்துள்ளனர். மேலும், ஓரிடத்தில் பிரியாணியை ஊர்மிளா பவர் தொட்டதால் பிரியாணி தீட்டுப்பட்டதாகக் கூறியுள்ளார். உணவுத் தீண்டாமை குறித்த தலித் தன்வரலாற்றில் பதிவுகள் முக்கியமானவைகள். இவற்றைக் களைவதன் மூலமாகத்தான் சாதியை ஒழிக்க முடியும்.

புழங்குப் பொருள் தீண்டாமை

தலித்துகள் வைத்திருக்கக் கூடிய பொருட்களை ஆதிக்கச் சாதியினரும் ஆதிக்கச் சாதியினர் வைத்திருக்கக் கூடிய பொருட்களைத் தலித் சாதியினரும் தொடக் கூடாது என்பது எழுதப்படாத விதி. அப்படித் தொட்டால் அது தீட்டுக் குறிப்பாகத் தலித் மக்கள் தொட்டுவிட்டால் அப்பொருள் தீட்டாகிவிடும். தலித் தன் வரலாறுகளில் புழங்குப் பொருள் குறித்தத் தீண்டாமைகள் பதிவாகியுள்ளன. நாய்க்கமார்களிடம் வேலை செய்யக்கூடிய பாமாவின் பாட்டிக்கு உணவு தரப்படுகிறது. அந்த உணவை எப்படிக் கொடுக்கிறார்கள் என்பதில்தான் தீண்டாமை ஒழிந்திருக்கிறது. “அசிங்கமான வேலை அத்தனையும் பாத்துட்டு அப்புறமா பாட்டி பாத்திரத்தை சாக்கடைகிட்ட வைக்க, நாய்க்கரம்மா பழைய சோற எட்ட நின்னுட்டு பாட்டி பாத்திரத்துல ஊத்திட்டு போனது. அவுங்க பாத்திரம் பாட்டி பாத்திரத்தைத் தொட்ற கூடாதாம். தீட்டாம்”[23] இப்படியெல்லாம் சோறு வாங்கக் கூடாது என்று பாட்டியிடம் பாமா கூறினால், அவங்க உயர்ந்தசாதி. நாம் தாழ்ந்த சாதி என்று கூறுவாள் என்று குறிப்பிட்டுள்ளார். தலித்துகளின் பாத்திரத்தைத்

தொடக் கூடாது என்பதில் ஆதிக்கச் சாதியினர் கவனமாக இருந்துள்ளனர். இப்படி நடந்துகொள்வது படித்துக்கொண்டிருந்த பாமா அவர்களுக்குத் தவறாகத் தெரிந்துள்ளது. ஆனால் கல்வியறிவு இல்லாத பாட்டிக்கு இது தீண்டாமையின் வடிவம் எனத் தெரியவில்லை.

மஹர் சாதிப் பெண்களிடம் விறகு வாங்கும் பார்ப்பன சாதிப் பெண்கள் தீண்டாமையைக் கடைபிடிக்கின்றனர். மஹர் பெண் மட்டுமல்ல அவர் கொண்டுவந்து கொடுக்கும் விறகும் தீண்டாமையை ஏற்கிறது. மஹர் பெண்களிடம் விறகினைக் குறைந்த விலைக்கு வாங்கக் கூடிய பார்ப்பனப் பெண் விறகுக் கட்டுகளை எடுத்துச் சென்று பின்பக்கத்தில் உள்ள முற்றத்தில் அடுக்காக வைக்குமாறு கூறுவாள். விறகினை அடுக்கி வைக்கக்கூடிய மஹர் பெண், ஒவ்வொரு விறகையும் ஆராய்ந்து அடுக்கி வைக்க வேண்டும். விறகில் மஹர் பெண்ணின் தலைமுடியோ அல்லது புடவையின் நூலோ ஒட்டிக் கொண்டிருக்கக் கூடாது. அப்படி இருந்தால் அந்த விறகுகள் தீட்டாகிவிடும். பார்ப்பனப் பெண் மஹர் பெண்ணிடம், “உனக்கு என்ன? நீ போய் விடுவாய். எங்களுக்குத்தான் செலவு. எங்கள் வீடு தீட்டுப்பட்டுவிடும். நாங்கள் மாட்டுச் சாணி போட்டுத் தரையை மெழுகிவிட வேண்டிவரும். எங்கள் வீட்டில் உள்ள அனைத்துத் துணிகளையும் துவைக்க வேண்டிவரும்... கடவுள் இவற்றை எப்படிப் பொறுத்துக்கொள்வார் சொல்? கடவுளுக்கும் தீட்டுப் பட்டு விடும். அல்லவா? அதனால் தான் சொல்கிறேன். ஒவ்வொரு விறகையும் நன்றாகப் பார்த்து அடுக்கி வை!”[24] என்று கட்டளையிடுகிறாள். கொண்டுவந்து விற்கக்கூடிய விறகைக் குறைந்த விலைக்கு வாங்குவதோடு மட்டுமல்லாது, மஹர் பெண்ணையே அடுக்கி வைக்கக் கூறுகிறார். விறகில் நூல், முடி இருந்தால் தீட்டாகிவிடும். அதனால் வீடு முழுக்கச் சுத்தம் செய்ய வேண்டும் என்று பார்ப்பனப்பெண் கூறுவதிலிருந்து தீண்டாமை எப்படியெல்லாம் கடைபிடிக்கப்பட்டு இருந்தது என்பதை உணர்ந்துக்கொள்ள முடிகின்றது.

மனிதத் தீண்டாமை

தலித்துகள் ஆதிக்கச் சாதியினர் அருகில் வருதல் கூடாது. அப்படி வருவது தீண்டாமையாகும். பன்றி, நாய், மாடு,

கோழி முதலிய விலங்குகளையெல்லாம் தொட்டுத் தூக்கிக் கொண்டாடும் மனிதர்கள் தலித் மக்களைத் தங்கள் அருகில் வைத்திருப்பது இல்லை. தலித்துகள் தீண்டிவிட்டால் அது தீட்டாகிவிடும். பின்னர் எல்லாவற்றையும் சுத்தப்படுத்த வேண்டும். தலித்துகள் ஆதிக்கச் சாதியினரைத் தொடுவது மட்டுமல்ல, எதிரில் கூட வரக்கூடாது என்ற கட்டுப்பாடு இருந்துள்ளது.

பள்ளிக் கூடத்திற்குச் செல்லக் கூடிய தலித் மாணவர்கள் பெஞ்சுகளிலோ, பாயிலோ உட்காருவதற்கு அனுமதி இல்லை. ஏனென்றால், தலித் மாணவர்கள் தீட்டுக்குரியவர்கள். அவர்கள் ஆதிக்கச் சாதி மாணவர்களின் அருகில் உட்கார்ந்தால் அவர்கள் தீட்டப்பட்டுவிடுவார்கள். தலித்துகள் மட்டுமல்ல இடைநிலைச் சாதி மாணவர்கள், உயர்சாதி மாணவர்களின் அருகில் உட்கார்ந்தால் உயர் சாதியினர் அடையும் தீட்டுக் குறித்து, ஏ.என். சட்டநாதன் தன்னுடைய ஒரு சூத்திரனின் கதை தன்வரலாறில் குறிப்பிட்டுள்ளார். அதேபோல் பள்ளியில் தலித் என்ற காரணத்திற்காகத் தனியே அமரவைக்கப்பட்டது குறித்து ஓம்பிரகாஷ் வால்மீகி பின்வருமாறு குறிப்பிட்டுள்ளார். சில விதிவிலக்குகளைத் தவிரப் பெரும்பாலும் பிராமண மாணவர்கள் பிற மாணவர்களிடமிருந்து விலகியே இருந்தனர். அவர்களுக்குச் சிறப்பான கவனிப்புக் கிடைத்தது. குடிநீர் அவர்களுக்கு தனிப் பாத்திரங்களில் வழங்கப்பட்டது. வீட்டிலிருந்த உணவைக் கொண்டுவந்து மதிய நேரத்தில் சாப்பிடும்போது தனியாகவே இருந்து சாப்பிட்டார்கள். மிகவும் கீழ்நிலைச் சாதிலிருந்து ஒரு மாணவன் படிக்க வந்திருந்தால், அங்கு காட்டப்படும் பாராபட்சமும் ஒதுக்கலும் அவனது பள்ளி வாழ்க்கையைத் தாங்க முடியாத ஒன்றாக மாறிவிடும். இம்மாதிரி தாழ்த்தப்பட்ட வகுப்பைச் சேர்ந்த மாணவர்களுக்கு எதிரான ஒடுக்குமுறையில் பிராமண மாணவர்கள் மட்டுமல்லாது, எல்லோரும் சேர்ந்து கொள்வார்கள். அங்கு எல்லோருமே தம் சாதி குறித்த உணர்வுடனேயே இருந்தனர் (ஏ.என். சட்டநாதன்:2018, 73:74) ஏ.என். சட்டநாதன் பிற்படுத்தப்பட்ட வகுப்பினைச் சேர்ந்தவர். அவருக்கும் சாதி ரீதியாக சில நெருக்கடிகள் இருந்தன. குறிப்பாகத் தலித் மாணவர்கள் அனுபவதித்த சாதித் தீண்டாமைகளை மிக நேர்மையாகப் பதிவுசெய்துள்ளனார். தலித் மாணவர்களுக்கு

எதிராக அனைவரும் ஒன்று சேர்ந்ததாகவும் தலித்துகள் படிக்க முடிக்காத நிலை அன்றைக்கு இருந்ததாகவும் குறிப்பிட்டுள்ளார்.

"தலித்துகள் பள்ளிகளில் ஆதிக்கச் சாதி மாணவர்கள் அருகில் அமர்வது இல்லை. மற்றவர்களிடமிருந்து விலகி, அதுவும் தரையில் நான் அமர வேண்டியதாயிற்று. வகுப்பறையில் பாயில் உட்கார நான் அனுமதிக்கப்படவில்லை. சில நேரங்களில் அனைவருக்கும் பின்னால், கதவுக்கு அருகிலேயே நான் உட்கார வேண்டி வந்தது. அங்கிருந்து கரும்பலகையைப் பார்க்கும்போது எழுத்துகள் மங்கலாகத் தெரிந்தன"[௲] என்று ஓம்பிரகாஷ் வால்மீகி, ஜுதான் (எச்சில்) தன்வரலாறில் குறிப்பிட்டுள்ளார். இதேபோல் சரண்குமார் லிம்பாலேயும் பள்ளிக்கூட வகுப்பறையில் பல மாணவர்கள் சுழற்றி விடப்பட்ட செருப்புக்களுக்கிடையே தான் அமர வைக்கப்பட்ட அனுபவத்தைக் கூறியுள்ளார். மற்ற பையன்கள் உயரமான பலகையின்மீது அமர்ந்து வகுப்புக் கவனித்துக் கொண்டிருக்க, மஹர் சாதி மாணவர்கள் வகுப்புக்கு வெளியே கழற்றிவிடப்பட்டிருந்த செருப்புகளுக்கிடையே அமர்ந்து பாடம் கவனித்தோம் என்று குறிப்பிட்டுள்ளனர். சாதி என்ன என்றே தெரியாத பருவத்தில், வகுப்புக்கு வெளியே தலித்து மாணவர்களும் வகுப்பிற்கு உள்ளே பிற சாதி மாணவர்களும் அமர்ந்திருப்பதை சின்ன வயதுக் குழந்தைகள் எப்படி ஏற்றுக்கொள்ளும். தாம் எதற்காக வகுப்புக்கு வெளியே உட்கார வைக்கப்பட்டுள்ளோம். பிற மாணவர்கள் ஏன் வகுப்பிற்கு உள்ளே பெஞ்சுகளில் உட்கார வைக்கப்பட்டுள்ளனர் என்பதைப் புரியாமலே தலித்து மாணவர்கள் தீண்டாமையை அனுபவித்துள்ளனர். தாம் தாழ்ந்த வகுப்பைச் சேர்ந்தவன் என்பதே வாழ்க்கை முழுக்க வரக்கூடிய தீண்டாமைக் கொடுமை. பள்ளிக் கூடத் தீண்டாமைகள் ஒழிக்கப்பட வேண்டும். அனைவரும் சமம் என்று சொல்லித்தரக் கூடிய ஆசிரியர்களும் பள்ளிக் கூடங்களும் உருவாக்கப்படவேண்டும். பள்ளிகளில் தீண்டாமை ஒழிக்கப்படவேண்டும். அப்பொழுதுதான் தீண்டாமை ஒழியும்.

கே.ஏ. குணசேகரன் வடு தன்வரலாறில், மனிதத் தீண்டாமை குறித்துக் குறிப்பிட்டுள்ளார். கே.ஏ.குணசேகரனின் மச்சான் முனியாண்டி டாக்டர். மதுரையிலிருந்து ஒருநாள் ஊருக்கு

வந்து கொண்டிருக்கிறார். மாரந்தையில் வயல் வழியாக நடந்து வரும்போது, உழுதுகொண்டிருந்த ஆதிக்கச் சாதியினர் ஒருவர், மயக்கமடைந்து விழுகிறார். முனியாண்டி ஓடிச் சென்று முகத்தில் தண்ணீரை ஊற்றி எழுப்புகிறார். விழித்த ஆதிக்கச் சாதியினர், 'ஒன்னைய யாருடா என்னையத் தூக்கச் சொன்னது? பறப்பய என்னைய ஏண்டா தொட்டுத் தூக்குன? என்று கேட்டு பஞ்சாயத்துக் கூட்டுகின்றார். பஞ்சாயத்தில் ஆதிக்கச் சாதியினர், முனியாண்டி செய்தது தவறு என்று கூறுகின்றனர். பின்னர் அவரது தாத்தா பஞ்சாயத்தார் முன்பாகக் காலில் விழுந்து மன்னிப்புக் கேட்ட பின்னர் முனியாண்டியை மன்னிக்கின்றனர். தொட்டுத் தூக்கி உயிரைக் காப்பாற்றியதற்காக நன்றி எதுவும் சொல்லாமல், தூக்கியது தவறு என்று சொல்லக்கூடிய அளவில்தான் ஆதிக்கச் சாதியினர் மனநிலை உள்ளது. சாதி இந்துக்களின் மோசமான நடத்தையாக இதனை கே.ஏ. குணசேகரன் குறிப்பிட்டுள்ளார்.

உணவுத் தீண்டாமை

உணவுப் பொருட்களைத் தலித்துகள் தொடக்கூடாது. தொட்டுவிட்டால் அந்த உணவுப் பொருட்கள் தீட்டாகிவிடுகிறது. அதனால் தலித்துகளை ஆதிக்கச் சாதியினர் உணவுப் பொருட்களைத் தொடாமல் பார்த்துக்கொள்கின்றனர். தலித் தன்வரலாறுகளில் இது குறித்த பதிவுகள் சில இடம் பெற்றுள்ளன. பாமா கருக்குத் தன்வரலாறில், தலித் பெரியவர் ஒருவர் வடை வாங்கி வருகிறார். அந்த வடை தாளில் சுற்றப்பட்டுக் கயிரால் கட்டப்பட்டுள்ளது. அந்தப் பெரியவர் கட்டியுள்ள பொட்டலத்தைத் கையில் பிடிக்காமல் கட்டப்பட்ட கயிரைக் கையில் பிடித்து வருகிறார். பொட்டலம் தொங்கிக் கொண்டிருக்கிறார். இவர் கொண்டு சென்று நாய்க்கரிடம் கொடுக்கிறார். நாய்க்கர் தலித் தொடாத பொட்டலத்தில் உள்ள வடையை எடுத்துக்கொள்கிறார். தலித் தொட்டால் வடை தீட்டாகிவிடும் என்பதால் இத்தகைய ஏற்பாடு. ஓம்பிரகாஷ் வால்மீகி ஆதிக்கச் சாதி ஒருவர் வயலில் வேலை செய்கிறார். செய்கின்ற வேலைக்குக் கூலி எதுவும் இல்லை. நில உரிமையாளர் ஓம்பிரகாஷ் வால்மீகியை அழைத்து, அவரது கைகள் பட்டுவிடாதவாறு ரொட்டியை உயரத்திலிருந்து கைகளில் போடுகிறார். இது தன்னை அவமானப்படுத்துவதாக உணர்ந்த

ஓம்பிரகாஷ் வால்மீகி ரொட்டிகளைத் தூக்கி எறிந்துவிட்டு ஓடிவந்து விடுகிறார். இந்த எதிர்ப்பு நிலை மிக முக்கியமானது. உணவுத் தீண்டாமை என்பதில் பெரும்பாலும் கடைநிலைச் சாதிகளே அதிகம் பாதிக்கப்படுகின்றனர்.

செருப்புத் தைத்துத்தர மறுத்தல் / முடிவெட்ட மறுத்தல் / துணி துவைக்க மறுத்தல்

தலித்துகளுக்குச் செருப்புத் தைத்துத்தர, முடிவெட்ட மறுக்கின்றனர். அதேபோல் துணி துவைத்துத்தர மறுக்கின்றனர். செருப்புத் தைத்துத்தர மறுத்த நிகழ்வை சரண்குமார் லிம்பாலேயும், நாவிதர் முடிவெட்ட மறுத்ததை அரவிந்த மாளகத்தியும் வண்ணார் துணி துவைக்க மறுத்ததை ஓம்பிரகாஷ் வால்மீகியும் அவர்களுடைய தன்வரலாறுகளில் கூறியுள்ளனர்.

நாவிதர், வண்ணார், செருப்புத் தைப்போர், சமூக அடுக்கில் இருப்பவர்களே. இவர்கள் உயர்சாதிக்காரர்களுக்குச் சேவை சாதியினர். இவர்கள் உயர்சாதிக்காரர்களுக்கு மட்டுமே சேவை செய்வர். தலித் மக்களுக்குச் சேவை செய்யமாட்டார்கள். அதனால்தான் மறுத்துள்ளனர். மனநலத்தோடு இருப்பவர்கள் தலித்துகள் சமைத்த உணவை மறுப்பது ஒருபுறம் என்றால் மனநோயால் பாதிக்கப்பட்ட ஒரு உயர்சாதிப் பெண் தலித் உணவை மறுத்த நிகழ்வை ஊர்மிளா பவர் குறிப்பிட்டுள்ளார். அக்கா தலித் பெண் என்பதைத் தெரிந்துகொண்ட பைத்திய நோயாளிப் பெண்மணி, அக்காள் கையால் அளிக்கப்படும் உணவை உண்ண மறுத்தாள். சாதியின் பெயரால் அக்காவைப் பழித்தாள் (போப்பு - தமிழில், 2013:52) என்று குறிப்பிடுவதன்வழி, மனநலம் பாதிக்கப்பட்ட பெண்ணாக இருந்தாலும் தலித் பெண் தரும் உணவை அவள் மறுப்பதன் மூலம் இரட்டை நிலையில் மனநிலை பாதிக்கப்பட்டப் பெண்ணாக அவள் இருந்திருக்கிறாள். உணவில் சாதியைக் காண்பது தீண்டாமையின் உச்சமாகும்.

பெட்டித் தீண்டாமை

தீண்டாமை கடைபிடிக்கப்படும் முறைகளில் மாற்றங்கள் உண்டு. ஆனால் தீண்டாமையின் கோரம் மாறுவதில்லை.

தொடக்கக் காலத்தில் இரயில்வேயில் உயர் பதவிகளை ஆதிக்கச் சாதியினர் பலர் வகித்துவந்தனர். கீழ்நிலையில் இருக்கும் வேலைகளைச் செய்வதற்கு ஆதிக்கச் சாதியினர் விரும்பாதக் காரணத்தால் அந்த வேலைகளைத் தலித் சாதியினர் செய்தனர். உயிருக்கு உத்தரவாதம் இல்லாத இப்படியான வேலைகளில் தலித்துகளே பெரும்பாலும் அமரவைக்கப்பட்டனர்.

தலித்துகள் தண்டவாளங்களில் வேலை செய்வது. கார்டுகளின் பெட்டிகளைத் தூக்கிக் கொண்டு வருவது போன்ற வேலைகளைச் செய்துள்ளனர். இதிலும் தீண்டாமை கடைபிடிக்கப்பட்டது.

ஒய்.பி. சந்தியநாராயணா என் தந்தை பாலய்யா தன் வரலாறில், இரயில்வேயில் பணியாற்றிய கார்டுகளுக்குத் தலித்துகள் பெட்டித் தூக்கும் பணியைச் செய்தனர். அதில் தீண்டாமை கடைபிடிக்கப்பட்டது. உயர்சாதியினரின் வீடுகளுள் நுழையும் அனுமதி ஆதிக்கச் சாதியைச் சேர்ந்த பணியாளர்களுக்குத்தான் இருந்தது. தலித்துகளுக்கு இல்லை. உயர்சாதியைச் சேர்ந்த கார்டுகளின் பெட்டிகளை அவர்கள் வீட்டுக்குள் சென்று எடுத்துவர அனுமதியில்லை. தீண்டத்தகாதவர் கார்டுகளின் பெட்டிகளை எடுத்துக்கொண்டு இரயில் நிலையத்தில் வைத்தபின்பு கார்டுகள் அப்பெட்டிகளின் மேல் தண்ணீர் தெளித்துச் சுத்தம் செய்வர். பணி முடித்து வீடு திரும்பியபின் பெட்டிகளைக் கார்டுகளின் மனைவிகள் தண்ணீர் தெளித்துச் சுத்தம் செய்வதை வழக்கமாகக் கொண்டிருந்தனர். கார்டுகளாக உயர்சாதியினர் இருந்தால் தண்ணீர் தெளித்துத் தீட்டுக் கழித்தல் செய்கின்றனர். ஆனால், கார்டுகளாக ஆங்கிலேயர்கள் இருந்தால் அவர்கள் தீட்டுக் கழிப்பதில்லை. அதேபோல் அவர்கள் வீடுகளுக்குள் பெட்டி எடுக்கும் தீண்டத் தகாதவர்கள் எளிமையாக அனுமதியின்றி நுழையலாம். அதற்கு எந்தத் தடையுமில்லை. இப்படியான செய்தியையும் ஒய்.பி. சத்தியநாராயணா பதிவு செய்துள்ளார். இடைநிலை, உயர்சாதி இந்துக்கள் தீண்டாமையைக் கடைபிடித்தனர். ஆனால், ஆங்கியேலயர்கள் தீண்டாமையைக் கடைப்பிடிக்கவில்லை. ஆங்கிலேயர்களைப் பொறுத்தவரை எளியவர்களையே அவர்கள் விரும்பினர். அவர்கள் பாகுபாடு காட்டவில்லை என்பது ஒய். பி.சத்தியநாராயணா நமக்குத் தரும் செய்தியாகும்.

விலங்குகள் தீண்டாமை

இன்றைய நிலையில் எல்லாச் சாதியினரும் ஆடு, மாடு, கோழி, நாய் போன்ற விலங்குகளை வளர்க்கின்றனர். ஆனால், தலித்துகள் வளர்க்கும் விலங்குகள் மட்டும் தீண்டத்தகாதவை. ஏனைய சாதியினர் வளர்க்கக்கூடிய விலங்குகள் புனிதமானவை. அதிலும்கூட உயிரோடு இருக்கும்வரைதான் அந்த விலங்குகள் புனிதம். இறந்துவிட்டால் அந்த விலங்குகளைத் தொடமாட்டார்கள். அதேபோல் விலங்குகளைத் தூக்கிச் செல்லத் தலித்துகள் வரவேண்டும். இப்படியான ஒரு நிலை இந்தியாவில் உள்ளது.

தலித்துகள் தீண்டாமைக் கொடுமைக்கு காலங்காலமாகப் பலியாகிக் கொண்டிருக்கின்றனர். அதேபோல், தலித்துகள் வளர்க்கும் விலங்குகளும் தீண்டாமைக்கு ஆட்பட்டதைத் தலித் தன்வரலாறுகள் கூறியுள்ளன. அரவிந்த மாளகத்தி, தன்னுடைய கவர்ன்மெண்ட் பிராமணன் தன் வரலாறில், தலித் பெண் ஒருவர் வளர்க்கக் கூடிய நாய் ஆதிக்கச் சாதியைச் சேர்ந்த ஒருவர் வளர்க்கக் கூடிய நாயுடன் கூடிவிடுகிறது. அதற்காக அந்த நாயின் உரிமையாளர் மிக மோசமாக நடந்து கொள்கிறார். கத்தியால் தலித்தால் வளர்க்கப்பட்ட நாயின் ஆண்மையை அறுத்துக் கொல்கின்றார்.

மற்றொரு இடத்தில் அரவிந்த மாளகத்தியின் பாட்டி வளர்க்கும் எருமை மாடு சினைப்பிடிப்பதற்கு, ஆதிக்கச் சாதிக்காரர் வளர்க்கும் மாட்டிடம் அழைத்துச் செல்கிறார். ஆனால், ஆதிக்கச் சாதிக்காரர் உன் மாடுடன் என் மாடு சேராது என்று விரட்டியடிக்கிறார். தலித்துகளை இடைநிலை, உயர் சாதியினர் எப்படி வெறுக்கின்றனரோ அதேபோல் அவர்கள் வளர்க்கும் விலங்குகளையும் வெறுக்கின்றனர். தலித்துகள் மட்டுமல்ல தலித்துகளால் வளர்க்கப்பட்ட விலங்குகளும் தீண்டாமைக்குரியன.

பெயர்த் தீண்டாமை

மனிதர்களாகப் பிறந்த எல்லோரும் அடையாளம் வேண்டி அல்லது பிறர் அழைப்பதற்காகப் பெயர்களை வைத்துக்கொள்கின்றனர். தலித்துகளும் பெயர்கள் வைத்துக்

கொள்கின்றனர். ஆனால், அந்தப் பெயர்களைச் சொல்லி ஆதிக்கச் சாதியினர் அழைப்பதில்லை. அதிலும் தீண்டாமையைக் கடைபிடிக்கின்றனர். தலித்துகளின் பெயர்களை மாற்றி அழைத்தல் அல்லது வேறு பெயர் சொல்லி அழைத்தல் அல்லது பட்டப் பெயர் சொல்லி அழைத்தல் என்பது வழக்கமாக உள்ளது. தலித்துகளின் உண்மையான பெயரைச்சொல்லி யாரும் அழைப்பதில்லை. இது குறித்து, தலித் தன்வரலாறுகள் பகிர்ந்துள்ளன. தாத்தா பேரு கருணாநிதி. ஊருல கூப்புடுறது கருப்பா என்றுதான். அப்பா பேரு அழகன் என்னும் வேத மாணிக்கம். ஊருல கூப்புடுறது பெரிய அழகன்னுதான். அழகான பேருகள் உச்சரிக்கிறதிலகூட மேல்சாதிக்காரங்க தீண்டாமையைக் கடைப்பிடிப்பாங்க. இயற்பெயர் ஒன்றாகவும் கூப்புடுற பட்டப் பெயர் பேறு ஒன்றாகவும் இருக்கும். ஊருல உள்ள மேல்சாதிக்காரங்க மட்டும்தான் நல்ல பேரு வச்சிக்கலாம் கூப்பிடலாம்"[26] என்று கே.ஏ. குணசேகரன் குறிப்பிட்டுள்ளார். வைக்கப்பட்டப் பெயர்களைச் சொல்லிக்கூட ஆதிக்கச் சாதியினர் அழைப்பதில்லை. அப்படி அழைத்தால் தங்களது சாதிப் பெருமை குறைந்து விடும் என்று நினைக்கின்றனர். அதேபோல், தலித்துகளின் பெயர்களைச் சொல்லி அழைப்பதில் உளவியல் ரீதியிலான சிக்கல் உள்ளது. பெயர் கொடுக்கும் மகிழ்ச்சியைத் தலித்துகளுக்குக் கொடுத்துவிடக் கூடாது என்பதில் கவனமாக இருந்துள்ளனர்.

ஆதிக்கச் சாதியினர் தலித்துகளைப் பெயர்சொல்லி அழைத்தால் அவர்களுக்கு மரியாதை கொடுக்க வேண்டும் என்பதால் பெயரைச் சுருக்கி அழைக்கின்றனர். தலித்துகளுடையப் பெயரைச் சுருக்கி அழைக்கும் நிலையை இந்தியா முழுக்கக் காணமுடிகிறது. வயது முதிர்ந்த தலித்தாக இருந்தாலும் அழைப்பவர் சிறுவயது ஆதிக்கச் சாதியினராக இருப்பதால், தலித்தைப் பெயர் சொல்லித்தான் அழைப்பார். இது அதிகாரத்தை நிலை நாட்டும் முயற்சியாகும். அதேபோல், தலித் பெயர்களில் மரியாதை விகுதிகள் வந்தால் அதனை விட்டு விட்டுச் சுருக்கி அழைக்கின்றனர். "மல்லையா என்ற பெயரை ஒரு சாதி இந்து கொண்டிருந்தால் அவர் மல்லய்யாவாகவே இருப்பார். அதே பெயரைத் தீண்டத்தகாதவர் ஒருவர் கொண்டிருந்தால் அவரை மல்லிக்காடு என்று அழைப்பார்கள். ஐயா என்று முடியும்

பெயர்கள் மரியாதைக்குரியவையாகவும் காடு என்று முடியும் பெயர்கள் இழுக்கானவைகளாகவும் கருதப்பட்டன. அதே போலத்தான் பெண்களின் பெயர்களும் போசம்மா என்ற பெயரைத் தீண்டத்தகாத பெண் ஒருவர் கொண்டிருந்தால் அப்பெயர் போச்சி என்று மாறிவிடுகிறது. அம்மா என்ற மரியாதையான அழைத்தல் முறையைத் தீண்டத்தகாத சாதிப் பெண்களுக்குப் பயன்படுத்தக் கூடியது என்பதால் இது என்ற மரியாதையற்ற அழைத்தல் முறை கொண்டு இப்படி அழைக்கப்பட்டார்கள்"[27] என்று என் தந்தை பாலய்யா தன்வரலாறில் ஒய்.பி. சத்தியநாராயணா குறிப்பிட்டுள்ளார். இதேபோன்ற வழமைகளைத் தலித் தன்வரலாறுகளை எழுதியப் பலரும் பதிவு செய்துள்ளனர்.

மனிதத் தீண்டாமை

தலித்துகள் ஆதிக்கச் சாதியினரைத் தொடக்கூடாது. அப்படித் தீண்டிவிட்டால் அது தீட்டாகிவிடும். அந்தத் தீட்டைக் கழிப்பதற்காகச் சிலவற்றைச் செய்தல் வேண்டும். இந்தியாவில் தீண்டாமை கடைபிடிக்கப்பட்ட காலத்தில்,

- தீண்டத்தகாதவர் எச்சில் துப்பத் தங்கள் கழுத்தில் கலயம் கட்டியபடி நடக்க வேண்டும். நடக்கும்போது உண்டாகும் தீட்டைத் துடைக்கத் தங்கள் இடுப்பில் துடப்பம் கட்டித் தரையில் உரசிச்செல்லுமாறு பார்க்க வேண்டும்.
- தாம் வருவதைப் பிறர் அறிந்து ஒதுங்க, மண்ணில் கழியைத் தட்டியபடி நடக்க வேண்டும்.
- காலையில பார்ப்பான் குதிகாலைக் கழுவிய தண்ணீரை இவர்கள் ஒருமடக்காவது குடித்த பிறகே வேலைக்குப் போக வேண்டும்
- எந்த இடத்தில் கண்டாலும் பார்ப்பான் காலில் விழுந்து கும்பிட வேண்டும்.
- கல்வி கற்கக்கூடாது. இவர்களுடைய குழந்தைகள் ஊர்க்காலி ஆடுமாடுகளை மேய்க்க வேண்டும்.
- இவர்களது குடியிருப்புப் பக்கம் பார்ப்பான் வரநேர்ந்தால் எல்லோரும் போய் அவன் காலில் விழ வேண்டும்.

- *சாதி இந்துக்களிடமிருந்து 26, 16, 10 அடி தூரத்தில் நின்றே இவர்கள் பேச வேண்டும்.*
- *இவர்களது விழாக்களில் மேலதாளம், ஆடல் பாடல் கூடாது.*
- *இவர்கள் (வேதம்) கற்றால் நாவை அறுப்பதும், கேட்டால் காதில் ஈயத்தைக் காச்சி ஊற்றுவதும் தண்டனைகள்.*
- *உயர் சாதியார் எதிர்வரின் ஓடிப்போய் ஒளிய வேண்டும், (ராஜ்கௌதமன், 2019:34)*

என்று பல தீண்டாமைகள் இருந்ததைத் தலித்திய அரசியல் நூலில் ராஜ்கௌதமன் பட்டியலிட்டுள்ளார். இதுபோன்று பல்வேறு தீண்டாமைகள் கடைபிடிக்கப்பட்டுள்ளன.

வடு தன்வரலாறில் ஆதிக்கச் சாதியினர் குடியிருப்பு வழியாகப் புதிதாகத் திருமணமான தலித், மாட்டு வண்டியில் செல்வதற்கு எதிர்ப்புத் தெரிவிக்கின்றனர். ஊருக்குள் செல்லவிடாமல் திருப்பி அனுப்புகின்றனர். பள்ளியில் சாப்பாட்டிற்கான உணவு இடைவேலையின்போது பார்ப்பனர்கள், வைசியர்கள், மார்வாடிகள், முஸ்லீம்கள், மராத்திகள், மீனவர்கள், பொன் வேலை செய்யும் சாதியைச் சேர்ந்தவர்கள் என உயர்சாதியைச் சேர்ந்த பையன்களும் பெண்களும் ஆசிரியர்களும் வட்டமாக உட்கார்ந்து சாப்பிட்டார்கள். தலித் மாணவர்கள் நாங்கள் தனியே உட்கார்ந்து சாப்பிட்டோம் என்று சரண்குமார் லிம்பாலே கூறியுள்ளார். தலித் மாணவர்களோடு பிற மாணவர்கள் சேர்ந்து உணவு உண்ணுதல் தீண்டாமையாகும். அதனால்தான் இத்தகைய ஏற்பாடு. அதேபோல் விளையாட்டுகள்கூட ஆதிக்கச் சாதி மாணவர்கள் சேர்ந்து விளையாட ஒரு விளையாட்டு, தலித் மாணவர்கள் சேர்ந்து விளையாட ஒரு விளையாட்டு இருந்தது எனக் குறிப்பிட்டுள்ளார். விளையாட்டுத் தீண்டாமை குறித்து ஒய்.பி.சத்தியநாராணயாவும் என் தந்தை பாலய்யா தன் வரலாறில் பதிவு செய்துள்ளார்.

பாமா தன்னுடைய கருக்கு தன் வரலாறில், பேருந்தில் அவர் பயணம் செய்கின்றபோது, தன் அருகில் உட்காருவதற்கு இடம் இருந்தும் உயர்சாதிப் பெண்கள் அமர்வதில்லை என்று குறிப்பிட்டுள்ளார். “லீவுக்கு வீட்டுக்கு போகும்போது பஸ்ல

ஏம்பக்கத்தில நாயக்கமாரு பொம்பளைக ஒக்காந்திருக்கா, ஒடனே எங்கிட்ட எந்த ஊரு போற, எந்ததெருவுன்னு கேட்கும். சேரித்தெருன்னு சொன்னதுமே எந்திரிச்சு வேற சீட்டுக்குப் போயிருவாக. அல்லது என்ன வேற சிட்டுக்குப் போகச் சொல்லுவாக நானா போவேன்! நானு அழுத்தமா ஒக்காந்துக்கிடுவேன் அதுக எந்திரிச்சு நின்னுகிட்டே கூட வருமே தவிர எம்பக்கத்துலயோ எங்க தெரு பொம்பளைக பக்கத்துலயோ ஒக்காராதுக தீட்டுப்பட்டுருமாம்"[28] இதேபோல் நடப்பது ஒரு முறை இரு முறை அல்ல. பலமுறை என்று பாமா குறிப்பிட்டுள்ளார். பக்கத்தில் உட்கார்ந்தால் தீட்டுப்பட்டுவிடும் என்பதால் ஆதிக்கச் சாதியினர் அமர்வதில்லை. அதற்கும் ஒருபடி மேலே சென்று எழுந்திருக்கச் சொல்லி, தான் மட்டுமே அமர்ந்து செல்கின்ற ஆதிக்கச் சாதி மனநிலைமையும் பல இடங்களில் பார்க்க முடிகின்றது. தலித்துகள் தீண்டினால் தீட்டாகிவிடும் என்பதால் ஆதிக்கச் சாதியினர் ஒதுங்குகின்றனர். ஆனால், தலித்துகள் கொடுக்கும் பணம் தீட்டாவது இல்லை. அரிசி / நெல் தீட்டாவதில்லை. அவர்களால் கட்டப்படும் வீடுகள் தீட்டாவதில்லை. தலித்துகள் மட்டுமே தீட்டுக்குரியவர்கள்.

புல் அறுத்து ஆதிக்கச் சாதியினரிடம் விற்கச் செல்லும் தலித் பெண்கள் தொட்டுவிடக் கூடாது என்பதற்காகக் காசுகளை எட்டி நின்று வீசுவது குறித்து பேபி காம்ப்ளி அவருடைய தன்வரலாற்றில் குறிப்பிட்டுள்ளார்.

சிறுவயதில் பஞ்சுகளை உயர் சாதியினர் கடைகளில் கொடுத்து அதற்கு ஈடாக? மிட்டாய்களை வாங்கித் தின்பது குறித்து அரவிந்த் மாளகத்தி குறிப்பிட்டுள்ளார். பஞ்சுகளை உயர் சாதியினரின் கடையில் கொடுப்பதற்குக் கடையின் படியில் ஏற வேண்டும். பஞ்சுகளைக் கடைக்காரரர் பெற்றுக் கொண்டவுடன் அரவிந்த மாளகத்தியை டேய் மொதல்ல படியவிட்டுக் கீழ எறங்கு என்று கூறி, அந்தப் பஞ்சுகளுக்கு ஈடாக மிட்டாய் உருண்டையைத் தூக்கி எறிவார். அந்த உருண்டை விரித்து வைத்திருக்கும் சட்டை விரிப்பில் விழும் அல்லது கீழே விழும். தலித்தால் கொடுக்கப்பட்ட பஞ்சு தீட்டாகாது. ஆனால், கொடுக்கும் தலித் தீட்டானவர்.

ஊர்மிளா பவர்முடையும் வாழ்வு தன் வரலாறில் தலித்துகள் பல்லக்குத் தூக்கினால் தீட்டுப்பட்டுவிடும் என்ற நிலை இருந்ததாகக் கூறியுள்ளார். ஊர்மிளா பவரின் அம்மா பெயரில் கூடை பின்னி அதனை மேல் சாதியினரிடம் விற்கக்கூடியவர். அம்மா செல்ல முடியாத நிலையில் ஊர்மிளா பவர் கூடைகளை விற்கச் செல்வார். அப்போது அவள் அனுப்பும் சில வீடுகளுக்குள் என்னை அனுமதிக்கமாட்டார்கள். வீட்டுக்கு வெளியிலேயே நிறுத்திவிடுவார்கள். நான் கூடையைக் கீழே வைக்க வேண்டும். அதில் அவர்கள் தண்ணீர் தெளித்து அதற்குப் பிறகுதான் எடுத்துக்கொண்டு போவார்கள். இல்லையென்றால் தீட்டுப்பட்டுவிடுமாம். என் கையைத் தாழ்வாகப் பிடிக்கச்சொல்லி மேலிருந்து காசுபோடுவார்கள். என்னை அவர்கள் தீண்டிவிடக் கூடாது. தொட்டால் எரிந்து விடுவார்கள் போலும் (போப்பு - தமிழில், 2013:100) என்று தனக்கு ஏற்பட்ட வேதனையைப் பதிவு செய்துள்ளார்.

இன்னும் பல இடங்களில் தனக்கு ஏற்பட்ட தீண்டாமை அனுபவங்களை அவர் பதிவு செய்துள்ளார். படி தீண்டாமை குறித்தும் காசு தீண்டாமைக் குறித்தும் குறிப்பிட்டுள்ளார். தலித் தன்வரலாறுகளை எழுதிய பலரும் குழந்தைப் பருவ காலகட்டத்திலேயே பல தீண்டாமைகளை அனுபவித்த முறைகளை விளக்கியுள்ளனர். தங்களுக்கு ஏற்பட்ட தீண்டாமை அனுபவங்களால் அந்தக் குழந்தைகளின் மனங்களில் எந்தவிதமான பாதிப்புகளை ஏற்படுத்தியிருக்கும் என்பது முக்கியமானதாகும்.

சாதியும் தீண்டாமையும் எவ்வாறு தலித் தன்வரலாறுகளில் பதிவாகியிருக்கின்ற என்பது குறித்து விரிவாக ஆராய்ந்து பார்க்கின்றபொழுது, சில முடிவுகளுக்கு நாம் வர முடிகிறது.

- தலித் இலக்கியங்களில் தலித் தன்வரலாறுகள் மிக முக்கியமான எதிர்ப்பு இலக்கியங்களாக உள்ளன.
- தலித் இலக்கியங்கள் தலித் வாழ்க்கைப் பண்பாட்டுச் சூழல்களைச் சொல்லியுள்ளன. ஆனால், தலித் தன்வரலாறுகள் தாங்கள் வாழ்ந்த வாழ்க்கையின் நெருக்கடியான வாழ்முறைகளைக் கூர்மையாகப் பதிவு செய்துள்ளன.

- தலித் தன் வரலாறுகளில் சாதி குறித்தப் பதிவுகள் ஏராளமாக இடம்பெற்றுள்ளன. சாதியால் தங்கள் பட்ட இன்னல்களை நேர்மையாகப் பதிவு செய்துள்ளனர்.

- தீண்டாமையால் தங்களுக்கு ஏற்பட்ட அவமானங்களையும் அதிலிருந்து வெளிவந்த சூழல்களையும் மிக விரிவாகக் கூறியுள்ளனர்.

- சாதிக் கொடுமைகளைப் பள்ளிப் பருவம், கல்லூரிப் பருவம், சமூகம் சார்ந்த நிலை என்று பிரித்துப்பார்க்கும் பொழுது, பள்ளிப் பருவக் காலகட்டத்தில், தாங்கள் அதிகமாகச் சாதிக் கொடுமையால் பாதிக்கப்பட்ட நிலையைத் தலித் தன்வரலாறுகள் எடுத்துக் கூறியுள்ளன.

- கல்லூரிக் காலகட்டத்தில் எதிர்கொண்ட சாதிக் கொடுமைகள் மிகக் குறைவாகப் பதிவுப்பெற்றுள்ளன.

- தலித்துகள் பள்ளிகளில் சேர்த்துக்கொள்ளப்படவில்லை. அப்படியே சேர்த்துக்கொள்ளப்பட்டாலும் பல்வேறு கேலிகளையும், அவமானங்களையும் சந்தித்துள்ளனர்.

- ஆதிக்கச் சாதி மாணவர்கள் மட்டும் அல்லாது பிற சாதி ஆசிரியர்கள் மிகக் கடுமையாகவே சாதியினை பின்பற்றியதாகத் தலித் தன்வரலாறுகள் கூறியுள்ளன.

- தண்ணீர் தீண்டாமை என்பது தலித் மக்களை எவ்வாறு பாதித்தது என்பதனைத் தலித் தன்வரலாறுகள் எடுத்துக் கூறியுள்ளன. தலித்துகளுக்குத் தண்ணீரை மறுத்தல் என்பது உயிர்வாழ்தலை மறுப்பது என்பது நேரடிப் பொருளாகின்றது. தலித்துகள் தண்ணீருக்கான உரிமையைப் பெற்றுவிடக் கூடாது என்பதில் உயர்சாதியினர் மிகக் கவனமாக இருந்துள்ளனர்.

- தலித்தால் தொடப்பட்டத் தண்ணீரை மட்டுமே ஆதிக்கச் சாதியினர் தொட மறுத்தனர். தண்ணீரோடு வேறு ஒன்று கலப்பது, அதனால் அதன் மாறுபாடு அடைந்த ஒன்றைத் தொடுவதற்கு ஆதிக்கச் சாதியினர் மறுப்பு ஏதும் சொல்லவில்லை.*(சாராயம்)*

- வட இந்தியத் தலித் தன் வரலாறுகளிலிருந்து தென்னிந்தியத் தலித் தன்வரலாறுகள் குறிப்பாகத் தமிழ் தலித் தன்வரலாறுகள் மாறுபட்ட நிலையில் இருக்கின்றன. வட இந்தியத் தலித் தன் வரலாறுகளில் சாதியும் தீண்டாமையும் அதிகமாக, குறிப்பாக மோசமாக உள்ளன. ஆந்திரா, கர்நாடகத் தலித் தன்வரலாறுகளில் தீண்டாமை குறிப்பிட்ட அளவு இடம்பெற்றுள்ளன. தமிழ் தலித் தன்வரலாறுகளில் மிகக் குறைந்த அளவு சாதித் தீண்டாமைகள் இடம்பெற்றுள்ளன.
- இதற்கான காரணம் அந்தத்த மாநிலங்களில் ஏற்பட்ட சமூகப் புரட்சியைக் கூறலாம்.
- வட இந்திய, தென்னிந்தியத் தலித் தன்வரலாறுகள் நடந்ததை எந்தவிதப் புனைவும் மறைப்பும் இல்லாமல் வெளிப்படையாகக் கூறியுள்ளன. தமிழ் தலித் தன்வரலாறுகள் நடந்த நிகழ்வுகளை மறைத்துக் கூறியுள்ளன என்பதுபோல் தோன்றுகிறது.

குறிப்புகள்

1. புதுப்புனல், *Vol.2, ISSUE-5*, மே 2011, பக்.17-18
2. மேலது, ப.18
3. கே.ஏ. குணசேகரன், வடு, பக்.13-14
4. மேலது, ப.19
5. மேலது, ப.19
6. தலித் முரசு, *Vol.5, ISSUE-8*, ஜூன், 2008, ப.32
7. உங்கள் நூலகம், மலர்:11, இதழ்:10, ஜனவரி, 2020, ப.73
8. மணற்கேணி, இதழ்:3 , நவம்பர் - டிசம்பர், 2010, ப.65
9. பாமா, கருக்கு, ப.30
10. வெ. கோவிந்தசாமி (தமிழில்) ஓம்பிரகாஷ் வால்மீகி, ஜூதான், ப.22
11. மு.ந. புகழேந்தி (தமிழில்), பேபி காம்ப்ளி, சுதந்திரக்காற்று, ப.185
12. ஜெனி டாலி அந்தோணி (தமிழில்), ஒய்.பி. சத்திய நாராயணா, என் தந்தை பாலய்யா, ப.129

13. வெ. கோவிந்தசாமி (தமிழில்) ஓம்பிரகாஷ் வால்மீகி, ஜுதான், பக்.5-6
14. மு.ந. புகழேந்தி (தமிழில்), பேபி காம்ப்ளி, சுதந்திரக்காற்று, ப.114
15. தலித் முரசு, Vol.5, ISSUE-4, பிப்ரவரி, 2008.
16. m.dailyhunt.in-/news/india/tamil/sparktu/tamil/epaper-sounthnew/
17. கே.ஏ. குணசேகரன், வடு, ப.15
18. கோ.ரகுபதி, தலித்துகளும் தண்ணீரும், ப.23
19. S.D.J.M.Prasad, untouchability practices in Andra Pradesh, A Report Prepared for Action Aid India, 2001 as cited in jayshree Mangubhai and Aloysius irudayam, 'Water Battle Grounds on Caste'
20. எஸ். பாலச்சந்திரன் (தமிழில்), சரண்குமார் லிம்பாலே, அனார்யா, ப.55
21. ஜெனி டாலி அந்தோணி (தமிழில்) ஒய்.பி. சத்தியநாராயணா, என் தந்தை பாலய்யா, பக்.128-129
22. கே.ஏ. குணசேகரன், வடு, ப.78
23. பாமா, கருக்கு, ப.29
24. மு.ந.புகழேந்தி (தமிழில்) பேபி காம்ப்ளி, சுதந்திரக்காற்று, ப.86
25. வெ. கோவிந்தசாமி (தமிழில்), ஓம்பிரகாஷ் வால்மீகி, எச்சில், ப.3
26. கே.ஏ. குணசேகரன், வடு, ப.75
27. ஜெனிடாலி அந்தோணி (தமிழில்) ஒய்.பி. சத்தியநாராயணா, என் தந்தை பாலய்யா, ப.50
28. பாமா, கருக்கு, பக்.31-32

~

4

சடங்குகளும் நம்பிக்கைகளும்

தலித் தன்வரலாறுகள், தலித் இலக்கியத்தின் முக்கியமானதொரு இடத்தைப் பிடித்துள்ளன. ஆங்கிலத்திலும் பிற மொழிகளிலும் தலித் தன்வரலாறுகள் உடனுக்குடன் மொழிபெயர்ப்புச் செய்யப்படுகின்றன. அதனால் உலகளவில் தனித்துவமான வாசகர் வட்டம் தலித் தன்வரலாறுகளுக்கு உண்டு. பல மொழிகளில் மொழிபெயர்ப்புகளும் வாசகர் வட்டமும் தலித் தன்வரலாறுகளுக்குப் பரந்துபட்ட கவனம் கிடைக்கக் காரணமாய் அமைந்துள்ளன. ஏன் தலித் தன்வரலாறுகளுக்கு இத்தகைய வரவேற்பு கிடைக்கின்றன என்றால், தலித் தன்வரலாறுகள் உண்மை நிலவரங்களின் மீது எந்தப் போலிப் பூச்சும் வர்ணனையும் இல்லாமல் எழுதப்பட்டவை என்று பாராட்டும் அர்ஜுன் டாங்ளே வார்த்தைகளின்படி, உள்ளதை உள்ளவாறு சொல்லக் கூடியவை தலித் தன்வரலாறுகள். மராத்தியில் தோற்றம் பெற்றத் தலித் தன்வரலாற்று முயற்சிகள், பல்வேறு மாநிலங்களில் வாழ்ந்த தலித்துகளிடம் தங்கள் வரலாறுகளை எழுதத் தூண்டின. நரேந்திர ஜாதவ், சரண்குமார் லிம்பாலே, வசந்த் மூன், ஓம்பிரகாஷ் வால்மீகி, ஒய்.பி. சத்தியநாராயணா, அரவிந்த மாளகத்தி, சித்தலிங்கையா, பேபி காம்பிளி, பேபி ஹால்தார், முத்துமீனாள், கே.ஏ.குணசேகரன் போன்றவர்களுடைய தன்வரலாறுகள் தலித் தன்வரலாறுகளாக உள்ளன. இவர்களால் எழுதப்பட்டத் தன்வரலாறுகள் இந்தியப் போலிப் பண்பாடுகளைத் தகர்த்துள்ளன.

தலித் தன்வரலாறுகள் தலித் அல்லாத தன்வரலாறுகளிலிருந்து வேறுபட்டு உள்ளன. பாதிக்கப்பட்ட ஒருத்தரின் குரலாக வெளிப்பட்டத் தலித் தன்வரலாறுகள் ஒரு சாட்சியமாக ஒரு

முறையீடாக இருக்கிறது (கே.ஏ. குணசேகரன், 2018:19). அதனால்தான், தலித் தன்வரலாறுகள் நடந்த நிகழ்வுகளை உண்மையாக எடுத்துரைக்கின்றன. இத்தகையத் தலித் தன்வரலாறுகள் தனிப்பட்ட ஒரு தலித்தின் வாழ்க்கையைச் சொல்வதாக இருந்தாலும் தலித் சமூகத்தின் பெரும் பகுதியை அடையாளப்படுத்தக் கூடியதாக அமைந்திருக்கின்றன. இந்திய அளவில் பல்வேறு மொழிகளில் எழுதப்பட்டத் தலித் தன்வரலாறுகளில் பதிவு பெற்றுள்ள தலித் சமூகத்திற்கேயுரிய சடங்குகளையும் நம்பிக்கைகளையும் ஒப்பிட்டுப் பார்ப்பது முக்கியமான ஒன்றாகும். இத்தகைய ஒப்பீடு மூலம் இந்தியத் தலித் பண்பாட்டின் பன்மைத்துவத்தை விளங்கிக்கொள்ள முடியும். எனவே, தலித்துகளின் பண்பாட்டோடு ஒன்றிக் கலந்திருக்கின்ற சடங்குகளையும் நம்பிக்கைகளையும் ஆராயும் முகமாக இக்கட்டுரை அமைந்துள்ளது.

I

சடங்குகள் எப்பொழுது தோற்றம் பெற்றன என அறுதியிட்டுக் கூறிவிட முடியாது. கூட்டுத் தன்மையால் நிகழ்த்தப்படும் இச்சடங்குகள், சமூக உறவுகளை வெளிப்படுத்தக் கூடியதாகவும் பகுத்தறிவுக்கு அப்பாற்பட்டதாகவும் உள்ளன. சடங்கு என்பதற்கு, ஒரு செயல் என்பது முதலில் தனி நபராலேயே தொடங்கப் பெற்றுப் பின்பற்றப்படுகின்றது. இதுவே, காலப்போக்கில் மக்களால் ஏற்றுக்கொள்ளப்பட்டுப் பொதுமைப்படுத்தப்படும். பல படிநிலை வளர்ச்சிகளைப் பெறுகின்றது. இதனால் தனிமனிதன் தொடங்கிய செயல் (செயல்பாடு) பழக்கமாகவும் பழக்கம் நன்மையின் அடிப்படையில் சமுதாயத்தால் ஏற்றுக் கொள்ளப்படும்போது, வழக்கமாகவும் சடங்காகவும் நிற்கின்றது என்பதை அறியலாம்.[1] இத்தகைய சடங்குகளுக்குப் புற உலக நிகழ்வுகளும் அவற்றால் விளையும் அனுபவங்களும் காரணங்களாய் அமைகின்றன. எனவே, பழக்கம் என்பது பயிற்சியின் முதிர்ச்சி என்பர். உயர்ந்தோர் பழக்கங்கள் காலப்போக்கில் வழக்கங்கள் என்று பெயர் பெறுகின்றன. ஒரு செயல் நன்மையை விளைவிக்கின்றது என்று மக்கள் உணரும் நிலையில் அது பழக்கமாக மாறுகிறது.

காலப்போக்கில் அறிவியல் கல்வி காரணமாகச் சமுதாயத்தில் முன்னேற்றம் ஏற்படும்போது, அது சடங்காக மட்டும் நிற்கிறது.[2] அன்றாட வாழ்க்கையை எவ்விதச் சிக்கல்களும் இல்லாமல் நகர்த்துவதற்கு இத்தகைய சடங்குகள் ஆதாரமானவை என மக்கள் நம்பினர். பண்டைய மக்கள் சடங்காச்சாரங்களை வைத்து வாழ்க்கையில் பலன்களைப் பெற மிக அவசியமெனக் கருதினர். மழைப் பெய்யவும் பயிர் வளரவும் காய் கிழங்குகள் கிடைக்கவும் நோய் நொடிகள் வராமல் இருக்கவும் புயல் போன்ற விபத்துக்கள் நடக்காமல் இருக்கவும்[3] இச்சடங்குகளை நிகழ்த்தினர்.

இந்தச் சடங்குகள் வாய்மொழி இலக்கியங்களில் ஆழமாகப் பதிவு பெற்றுள்ளன. ஆனால் இலக்கியங்களில் மேலோட்டமாகப் பதிவுபெற்றுள்ளன. குறிப்பாகத் தலித் அல்லாத தன்வரலாறுகளில் சடங்குகள், நம்பிக்கைகள் குறித்த பதிவுகள் மிகக் குறைவு. ஆனால், தலித் தன்வரலாறுகளில் சடங்குகள், நம்பிக்கைகள் குறித்து ஆழமான விவரணைகள் இடம்பெற்றுள்ளன. தலித் தன்வரலாறுகள் தனியொரு தலித்தின் வாழ்க்கையை மையமாகக் கொண்டது என்றாலும் சமூக வரலாறாகப் பதிவு பெற்றுள்ளன. அதனால் சடங்குகள் பற்றிய பதிவுகள் அதிகமாக இடம்பெற்றுள்ளனர். பதிவு பெற்றுள்ள தலித் தன்வரலாறுகளில் பெரும்பாலும் திருமணச் சடங்கோடு தொடர்புடைய சடங்குமுறைகள்தான் விரிவாகப் பதிவு செய்யப்பட்டுள்ளன.

ஓம்பிரகாஷ் வால்மீகி ஜூதான் தன்வரலாற்றில், சலாம் சடங்கு என்ற ஒரு சடங்கு குறித்துக் குறிப்பிட்டுள்ளார். இந்தச் சடங்கை இந்தியாவில் வாழ்கின்ற பிற தலித் மக்கள் பின்பற்றுவதில்லை. ஓம்பிரகாஷ் வால்மீகியின் அண்ணன் ஹீராமுக்குத் திருமண ஏற்பாடு செய்யப்படுகிறது. பெண் வீட்டார் ஹீராமை உடன் அழைத்துக்கொண்டு, பெண்ணின் தாய்/தந்தை வேலை செய்யும் உயர் சாதியினர் (மராத்தி) வீடுகளுக்குச் சென்று, உதவி கேட்க வேண்டும். உதவி கேட்டு வரும் தலித்துகளை உயர் சாதியினர் மிக மோசமாகத் திட்டுவார்கள். அதன் பின்பு ஏதாவது சிறிய உதவி செய்வார்கள் அல்லது உதவி செய்யமாட்டார்கள். அதேபோல், மணப்பெண்ணைச் சலாம்

சடங்கிற்காக மாப்பிள்ளை வீட்டார் அழைத்துச் செல்வர். இது சுஹ்ரா (தலித்) சாதியில் பின்பற்றப்பட்ட ஒரு நடைமுறை.

ஓம்பிரகாஷ் வால்மீகியின் அண்ணன் ஹீராமை பெண்வீட்டார் சலாம் சடங்கிற்காக அழைத்துச் செல்கின்றனர். அப்போது வால்மீகியும் தன் அண்ணன் கேட்டுக்கொண்டதால் உடன் செல்கிறார். சலாம் சடங்கிற்காகச் சென்ற அவர்களை ஒரு மாட்டைப் பார்ப்பதைப்போல் உயர்சாதியினர் பார்த்ததாகக் குறிப்பிடுகிறார். மேலும் குறிப்பிடுகையில், ஒவ்வொரு வீட்டின் முன்னாலும் முரசடிப்பவர் நின்று கொண்டார். பலமாக முரசடித்தார். இந்தச் சத்தத்தைக் கேட்டு அந்த வீட்டிலிருந்து சிறுமிகளும் பெண்களும் வெளியே வந்தார்கள். ஹீராம் சிங் அவர்களுக்கு மரியாதை தெரிவித்தான் அல்லது சலாம் வைத்தான். மிருகக்காட்சிச் சாலையிலிருந்து வந்த விலங்கைப்போல அவர்கள் ஹீராமை வேடிக்கைப் பார்த்தார்கள். ஒரு சிலர் முரட்டுத்தனமாகவும் அவமதிக்கும் தொனியிலும் நடந்து கொண்டார்கள். வீட்டில் இருப்பவர்கள் ஏதாவது தருவதற்கு முன்பு மணமகளின் தாயார் கெஞ்சவேண்டிவரும். அவ்வளவு எளிதில் யாராவது ஆடையோ, பாத்திரமோ தந்து விடமாட்டார்கள். மகராசி எனக்கு நான்கு மகள்கள். எந்த மருமகனாவது இப்படி உங்கள் வீட்டுக்கு வந்ததுண்டா. என்னோட மகளை கௌரவமாக அவள் கணவன் வீட்டுக்கு அனுப்பிவைக்க தயவு செய்து ஏதாவது கொடுத்து அனுப்புங்கள் என்று ஹீராமின் மாமியார் கெஞ்சினாள். ஆனால், அவளின் இந்த வேண்டுகோளுக்கு யாரும் செவி சாய்த்ததாகத் தெரியவில்லை[4] என்று குறிப்பிட்டுள்ளார். சலாம் சடங்கு மூலம் கிடைக்கக்கூடிய உதவிகளைப் பெற்றே, சுஹ்ரா சாதியினர் தம் மகளைத் திருமணம் செய்து கொடுத்துள்ளனர். பிச்சை எடுப்பதைப்போல இச்சடங்கு மேற்கொள்ளப்பட்டுள்ளது. சலாம் சடங்கிற்காக வரக்கூடிய சுஹ்ரா சாதியினரைப் பார்த்து, இந்தச் சுஹ்ரா சாதிக்காரர்களுக்கு எவ்வளவு தந்தாலும் வயிறு நிரம்பாது[5] என்று கேலி பேசுகின்றனர். இந்தச் சலாம் சடங்கு அவமானகரமானது என்று ஓம்பிரகாஷ் வால்மீகி கூறுகிறார். வேறு எந்தச் சாதியிலும் இல்லாத இந்த நடைமுறை சுஹ்ரா சாதியில் மட்டும் ஏன் இருக்கிறது என்று அவரது தந்தையிடம் ஓம்பிரகாஷ் கேள்வி கேட்கிறார். மிக மோசமான வறுமை சூழ்ந்த வாழ்க்கைச்

சூழலைக் கொண்டிருக்கக்கூடிய சுஹ்ரா சாதியினர், ஒரு வேளை உணவுக்கே சிரமப்படும் சூழலில், பிள்ளைகளின் திருமணத்தை நடத்தி வைப்பது அவர்களுக்கு முடியாத செயல். அதனால் அவர்கள் வேலை செய்யும் உயர்சாதி வீடுகளுக்குச் சென்று, உதவி பெற்றுத் திருமணத்தை நடத்தி வைத்துள்ளனர். இச்சடங்கு வறுமையின் காரணமாகத் தோற்றம் பெற்று இருக்கலாம். இன்றைக்கு இந்தச் சடங்கு சுஹ்ரா சாதியினரிடம் இல்லை என்பது குறிப்பிடத்தக்கது. இச்சடங்கின்வழி சுஹ்ரா சாதியினர் வறுமை நிலையையும் ஆதிக்கச் சாதியினரின் சாதி அதிகாரத்தையும், சுஹ்ரா சாதியினரை மனிதர்களாக மதிக்காத சூழலையும் அறியமுடிகிறது.

ஒய்.பி.சத்தியநாராயணா என் தந்தை பாலய்யா தன்வரலாறில், திருமணச் சடங்கு குறித்து விரிவாகப் பதிவு செய்துள்ளார். இதில் முக்கியமான செய்தி என்னவென்றால், தலித் சாதியைச் சேர்ந்த ஒய்.பி.சத்திய நாராயணாவின் தந்தையின் திருமணத்தை, பைன்ட் லைனா என்று அழைக்கப்படும், மற்றொரு தீண்டத்தகாத சாதியைச் சேர்ந்த ஒருவர் நடத்தி வைப்பதாகக் கூறியுள்ளார். இப்படியான செய்தியை வேறு எந்தத் தலித் தன்வரலாறுகளும் பதிவு செய்யவில்லை என்பதிலிருந்து இந்தியா முழுக்க வாழ்கின்ற தலித்துகள் ஒரே மாதிரியான பண்பாட்டைப் பின்பற்றவில்லை என்பது தெளிவாகிறது. மேலும், இந்தத் தன்வரலாறில் பெண்களுக்கு முக்கியத்துவம் கொடுக்கப்பட்ட சடங்குகள் விவரிக்கப்பட்டுள்ளன.

திருமணத்தின்போது, பெண் வீட்டின்முன் ஒரு கம்பு நடப்படும். அந்தக் கம்பில் பானை ஒன்று கட்டித் தொங்கவிடப்படும். அப்பானைக்குள் விளக்கு ஒன்று வைக்கப்பட்டு, ஒவ்வொரு இரவும் அதனை ஏற்றுவார்கள். அந்தத் தீபம் அணையக்கூடாது. இந்த விளக்கினை அணையாமல் பார்த்துக்கொள்கின்றனர். விளக்கு அணைந்தால் கெடுதல் நடக்கும் என நம்புகின்றனர். மற்றொன்று, திருமணத்திற்குப் பெண்ணைத் தயார்படுத்துதல் என்ற அர்த்தத்தைக் கொண்ட பெள்ளிபில்லனு செய்யடம் (ஆயத்தப்படுத்துதல்) என்ற சடங்கு செய்யப்படுகிறது. பெண்ணிற்குச் சத்தான உணவு கொடுத்து மஞ்சள்பூசிக் குளிக்க வைக்கின்றனர். பெண் உடல்நலம்

மேம்படுத்துதல் என்பதை அடிப்படையாகக் கொண்ட இச்சடங்கு தாய்வழிச் சமூகச் சடங்குகளின் எச்சமாக இருக்கலாம். இந்த இரண்டு சடங்கிலும் பெண்களே முக்கியத்துவம் பெறுகின்றனர்.

திருமணம் நடந்து முடிகிறது. மணப்பெண் தந்தையின் வீட்டைவிட்டுக் கிளம்பும்போது, மரவாயிலைக் கழுவிச் சுத்தம் செய்து, அதில் மஞ்சளும் குங்குமமும் கொண்டு பொட்டு வைத்து அலங்காரம் செய்கிறாள். அதன் பிறகு மாப்பிள்ளை வீட்டிற்குச் செல்ல வேண்டும். அதேபோல் மாப்பிள்ளை வீட்டிற்குள் நுழையும் முன் ஒரு சடங்கு செய்யப்படுகிறது. அதாவது வீட்டிற்குள் நுழையும் மணப் பெண்ணுக்கான சடங்காகும். மூத்த பெண் ஒருவர் மஞ்சளும் குங்குமமும் கலந்த நீர்கொண்ட தாம்பாளத்தை நரசம்மாவின் தாயின் மீது மூன்று முறை சுற்றினார். புதுமணத் தம்பதிகளை எந்தத் தீய சக்தியும் தொடர்ந்து வந்திடாமல் இருக்க வேண்டி செய்யப்படும் அந்தச் சடங்கின் இறுதியிலும் அந்த நீரை நரசம்மாவின் வலப்புறமும் இடப்புறமும் தெளிக்க வேண்டும்.[6] மணப்பெண் வீட்டை விட்டுக் கிளம்பும்போது, மஞ்சள் கொண்டு வாயில் படியைச் சுத்தம் செய்வதும் மாப்பிள்ளை வீட்டில் நுழைகின்றபொழுது, மஞ்சள் குங்குமம் கலந்த தண்ணீரைத் தெளிப்பதும் முக்கியமான சடங்காக இருந்துள்ளது. மரவாயிலைச் சுத்தம் செய்வது என்பது. அதில் தெய்வம் இருப்பதாக நம்பப்படுகிறது. அதனால்தான் அதனை மஞ்சள் கலந்த நீரால் சுத்தம் செய்கின்றனர். புதுப் பெண்ணைச் சுற்றி மஞ்சள் நீரைத் தெளிப்பதென்பது, எந்தத் தீய சக்தியும் உடன் வந்துவிடக் கூடாது என்பதற்காகவே. புனிதச் சடங்குகளின்போது மஞ்சள் பயன்படுத்துவதனை இந்தியா முழுக்கப் பார்க்க முடிகின்றது. இப்படியான சடங்கினை ஒய்.பி.சத்தியநாராயணா மட்டுமே கூறியுள்ளார். குறிப்பாக, தெலுங்கானா தலித் மக்களிடம் இருந்த சடங்காக இதனைப் பார்க்க முடிகின்றது.

எளியவர்களின் வாழ்க்கையில் மந்திரச் சடங்கு என்பது முக்கியமான ஒன்றாகும். ஏதோவொரு சக்தி மந்திரச்சடங்குகளில் ஒளிந்திருக்கின்றன என்று எளிய மக்கள் நம்புகின்றனர். அதன் அடிப்படையில் மந்திரச் சடங்கிற்கு அதிகமான முக்கியத்துவம் கொடுக்கின்றனர்.

முத்துமீனாளின் அப்பாவிற்கு ராஜபரு வந்தபோது, இது ராஜபரு மாதிரி இருக்கு. இதை இப்படியே விட்டுட்டா கஷ்டமாயிடும், நம்ம சென்னாரெட்டி பாயிகிட்ட மந்திரிக்கனும் அவர்தான் கைராசிக்காரரு[7] என்று சிலர் கூறுகின்றனர். சொன்னதைப்போலவே அவரை அழைத்துவந்து மந்திரிக்கின்றனர். ராஜபருவும் சரியாகிவிடுகின்றது. இதில் கவனிக்கவேண்டிய ஒன்று. உடல் நலம் இல்லாதபோதும் பிற காலங்களிலும் தலித் மக்களோடு இசுலாமியர்கள் இருப்பதனைத் தலித் தன்வரலாறுகளில் கவனிக்க முடிகின்றது. கே.ஏ.குணசேகரனின் வடு தன் வரலாறும் என் தந்தை பாலையா தன்வரலாறும் இதனை மெய்ப்பிக்கின்றன. தலித் - இசுலாமியர் உறவினை இணக்கமான ஒன்றாகத் தலித் தன்வரலாறுகள் ஆங்காங்கே சுட்டிச் செல்வதனைக் கவனிக்க முடிகின்றது. பொருளாதாரத்தின் பின்தங்கியவர்களாக இசுலாமியர்களும் தலித்துகளும் இருப்பதால் இப்படியான சமூக உறவு சாத்தியமாகிறது.

பேபி ஹால்தார், அரிசிச் சடங்கு என்ற ஒன்றைக் குறிப்பிட்டுள்ளார். திருமணம் நடைபெறப்போகும் நாளில், மணப்பெண் முந்தானையில் அரிசியை வைத்துக்கொண்டு அந்த அரிசியைத் தன் அம்மாவிடம் தந்து, இதுவரை நான்பட்ட கடனைத் தீர்த்துக்கொள்கிறேன் எனக் கூற வேண்டும். அத்தை எனது ஸாரி நுனியில் கொஞ்சம் அரிசியும் பைசாவும் வைத்து முடிந்து என்னிடம் மெதுவாக, இதெல்லாம் உனது சித்தியிடம் கொடுத்துவிட்டு, இவ்வளவு நாள் உங்களிடம் சாப்பிட்டதற்கான கடனைத் தீர்த்துக் கொள்கிறேன் என்று சொல்லனும் என்றாள். அவள் சொன்னதைப் போல நான் செய்தேன்[8] என்று பேபிஹால்தார் குறிப்பிட்டுள்ளார். அரிசியைக் கைமாற்றி அளித்தல் என்பது இன்னொரு வீட்டிற்கு நான் செல்கிறேன் என்ற பொருளாகின்றது. தலித் தன்வரலாறுகளில் கூறப்பட்டுள்ள சடங்குகள் பெரும்பாலும் வளமைச் சடங்குகளாக இருக்கின்றன. மஞ்சள், அரிசி போன்றவை வளத்தோடு தொடர்புடையன. இவற்றை வைத்தே பெரும்பாலான சடங்குகள் நிகழ்த்தப்பட்டுள்ளன.

II

நம்பிக்கைகள்

நம்பிக்கைகள் சமூகத் தேவைகள், குறிக்கோள்கள், ஆகியவற்றின் அடிப்படையில் தோன்றுகின்றன. அவை சமுதாயத்தால் உருவாக்கப்பட்டுச் சமுதாயத்தால் வளர்க்கப்படுகின்றன. எனினும் மனிதனின் சமுதாய நிலையில் மட்டுமின்றித் தனிமனித நிலையிலும் நம்பிக்கைகள் வளர்ந்து வருகின்றன. அவை காலங்காலமாகத் தொடர்ந்து மரபு வழியே, தலைமுறை தலைமுறையாகப் பயின்று வருகின்றன. ஒரு சமுதாயத்தின் பண்பாட்டு மரபினை அறிவிக்கவல்லன அச்சமுதாயத்தின் நம்பிக்கைகள். நம்பிக்கைகள் பெரும்பாலும் மனிதனின் அச்சவுணர்வினை அடிப்படையாகக் கொண்டு தோன்றியவையாகக் கருதப்படுகின்றன. இயற்கையின் புதிரான செயல்களை உணர இயலாதபோதும் மனித வாழ்வில் நிகழும் ஊறுகளுக்குக் காரணம் கற்பிக்க இயலாத நிலையிலும் மனித மனம் சிலவற்றைப் படைத்துக் காரணம் கற்பித்துக் கொள்கிறது. அவை நம்பிக்கைகளாக உருப்பெறுகின்றன9. இந்த நம்பிக்கைகள் பொதுவான நம்பிக்கைகள், ஒரு சாதிக்குரிய நம்பிக்கைகள் எனப் பிரித்துக்கொள்ளலாம். வீட்டில் காக்கை கரைந்தால் விருந்தினர் வருவார்கள் என்பது பொதுவான நம்பிக்கை. ஒவ்வொரு சாதியும் தனித்தனியான நம்பிக்கைகளையும் ஒவ்வொரு சாதிக்குள்ளும் பல்வேறு நம்பிக்கைகளும் புழங்குகின்றன. குறிப்பாக, தலித் மக்களிடம் பல்வேறு நம்பிக்கைகள் உள்ளன. இங்கே தலித் தன்வரலாறுகளில் பதிவாகியுள்ள நம்பிக்கைகளைக் காணலாம்.

முடிச்சு அவிழ்த்தல்

குழந்தை பிறப்பதற்கு முன்னர் கயறு, துணி போன்றவற்றில் முடிச்சு இருந்தால் அதனை அவிழ்த்துவிட வேண்டும். இல்லையென்றால் குழந்தை பிறப்பதில் சிக்கல் ஏற்படும் என்ற நம்பிக்கையைப் பேபி ஹால்தார் குறிப்பிடுகிறார். என் உடைகளைச் சரிபடுத்திவிட்டு உன் உடைகளிலோ வீட்டிலுள்ள ஏதாவது கயிற்றிலோ முடிச்சி இட்டிருந்தால் உடனே அதை அவிழ்த்து விட்டுவிட வேண்டும்.[10] இப்படியான முடிச்சுகள் குழந்தை பிறக்கின்ற காலத்தில் ஆபத்தைத் தரக்கூடியவை என்ற

நம்பிக்கை தலித் மக்களிடம் இருந்ததாகப் பதிவு செய்துள்ளார். முடிச்சி என்பது தடங்கலை ஏற்படுத்தக் கூடியவை என்பது பொதுவாக இருக்கக்கூடிய நம்பிக்கை. குழந்தை பெறக்கூடிய சூழலில், வீட்டில் உள்ள எந்தப் பொருளிலும் முடிச்சு இருக்கக்கூடாது என்ற நம்பிக்கையைப் பேபி ஹால்தார் மட்டுமே பதிவு செய்துள்ளார் என்பது குறிப்பிடத்தக்கது.

பாயாசம் திரிதல்

குழந்தை பெறப்போகின்ற கர்ப்பிணிப் பெண், குடும்பத்தில் உள்ளவர்கள் சாப்பிடுவதற்கு முன் பாயாசம் சாப்பிட வேண்டும்! அதேபோல் அன்றைய விருந்தில் பாயாசம் வைக்கப்படும். தயார் செய்யப்பட்ட பாயாசம் கூடையால் மூடிவைக்கப்படும். அப்படி மூடிவைக்கப்பட்ட பாயாசம் திரிந்துபோனால் பெண் குழந்தை பிறக்கும் என்றும் திரியாவிட்டால் ஆண் குழந்தை பிறக்கும் என்றும் நம்பப்பட்டது. இப்படியான நம்பிக்கையை[11] பேபி ஹால்தார் குறிப்பிட்டுள்ளார். கூடையால் மூடி வைக்கப்பட்ட பாயாசம் கெடாமல் இருந்ததால் பேபி ஹால்தாருக்கு ஆண் குழந்தையே பிறந்தது என்பது கூடுதல் தகவல். அவர்களுடைய நம்பிக்கை பலித்ததுபோல் பேபிஹால்தார் பதிவு செய்துள்ளார்.

எச்சில் நம்பிக்கை

கர்ப்பிணியாக இருக்கக்கூடிய பெண் தின்பதற்கு ஆசைப்படும் பண்டத்தையெல்லாம் கணவன் வாங்கித்தர வேண்டும். அவள் ஆசைப்பட்டதை வாங்கித் தின்னாமல் இருந்தால், அப்பெண்ணுக்குப் பிறக்கின்ற குழந்தைக்கு எச்சில் ஒழுகிக் கொண்டே இருக்கும். இப்படியான நம்பிக்கையை விடியலை நோக்கி தன்வரலாறில் பேபி ஹால்தார் குறிப்பிடுகிறார். அவளுக்கு எதைத் தின்ன வேண்டும் என்று ஆசைப்பட்டாலும் அதை உடனே வாங்கிக் கொடுக்க வேண்டும். இல்லாவிட்டால் உன் குழந்தையின் வாயிலிருந்து எப்போதும் எச்சில் ஒழுகிக்கொண்டேயிருக்கும்.[12] பெண்களால் உருவாக்கப்பட்ட நம்பிக்கையாக இது இருக்கலாம். குழந்தை வாயில் எச்சில் ஊறிக் கொண்டேயிருந்தால் குழந்தை விரைவாகப் பேசும் என்பது நம்மிடம் இருக்கும் நம்பிக்கை. ஆனால், பேபி ஹால்தார் சொல்லும் நம்பிக்கை நம்மிடம்

வழங்கக்கூடிய நம்பிக்கையிலிருந்து வேறுபட்டிருப்பதனைப் பார்க்கமுடிகின்றது.

தோண்டப்பட்ட குழி

பிறந்த குழந்தை இறந்துவிட்டது என்றால், குழிதோண்டிப் புதைப்பது வழக்கம். ஆனால், இறந்துவிட்டது என நினைத்த குழந்தை உயிர் பெற்றுவிட்டால், அந்தக் குழந்தைக்கெனத் தோண்டப்பட்டக் குழியைச் சும்மா மூடுவது முறையாகாது. அதனால், தோண்டப்பட்டக் குழியில் கோழியைப் புதைக்கின்ற ஒரு நம்பிக்கையைப் பேபி காம்ப்ளி குறிப்பிட்டுள்ளார். பேபி காம்ப்ளி பிறந்தவுடன் இறந்துவிட்டார் என நினைத்துப் புதைப்பதற்கான ஏற்பாடுகள் நடக்கின்றன. பேபி காம்ப்ளியின் தாய், புதைக்கப் போகின்ற குழந்தையை இரவு முழுக்க நான் வைத்திருக்கிறேன் எனக் கூறுகிறார். அதற்கு ஊர்க்காரர்கள் சம்மதிக்கின்றனர். குழி தோண்டப்படுகிறது. அங்குக்கூடியிருந்த அனைவரும் எல்லோரும் குலதெய்வத்தை வேண்டிக் கொள்கின்றனர். என் பேத்தி பிழைத்துக்கொண்டால் என் சமுதாய மக்கள் அனைவருக்கும் விருந்தளிப்பேன் என்று பாட்டி கூறுகிறார். ஊர்காரர்களின் நம்பிக்கையும் பாட்டியின் நம்பிக்கையும் வீண்போகவில்லை. தான் பிழைத்துக்கொண்டதை பேபி காம்ப்ளி இவ்வாறாகக் குறிப்பிடுகிறார். அதைத் தொடர்ந்து என் கண்கள் திறந்தன. உடனே பஜனைக் குழுவைச் சேர்ந்த உறுப்பினர்கள் (இரவு வேளைகளில் கோயில்களில் பாட்டுப் பாடுபவர்கள் சில சிறப்பு வேளைகளில் வீட்டுக்கும் சென்று பாடுவர்) முட்டி மோதி, போட்டி போட்டுக்கொண்டு முன் வந்து என் நெற்றியில் புக்காவை (வழிபாட்டிற்காகப் பூசப்படும் கருப்பு நிறப் பொடி) பூசினர். உடனே அனுபவம் மிக்க முதியவர்கள் சிலர் பிணத்தைப் புதைக்கத் தோண்டிய குழியை சும்மா மூடக்கூடாது என்னும் பழக்கத்தை நினைவுபடுத்தினர். அதனால் என் பாட்டி அவளிடம் இருந்த கோழிகளில் நன்கு கொழுத்திருந்த ஒன்றைப் பிடித்து உயிருடன் அக்குழியில் புதைத்துவிடக் கொடுத்தாள். அப்படி எனக்குப் பதிலாக அந்தப் பறவை சவக்குழியில் புதைக்கப்பட்டது[13] என்று கூறியுள்ளார். இப்படியான நம்பிக்கைகள் தமிழ்நாட்டில் ஒரு சில இடங்களில் இருப்பதனைப் பார்க்க முடிகின்றது. நேர்த்திக் கடனுக்காக

உயிருடன் சேவலை சூலாயுதத்தில் குத்திவிடுகிற பழக்கம் இன்றைக்கும் இருப்பதனைப் பார்க்க முடிகிறது.

திருஷ்டி நம்பிக்கை

குழந்தைகள் மீது கண்பட்டால் நோய் வரும் என்பது நம்பிக்கை. இதனைக் கண்திருஷ்டி என்று கூறுவர். இதனைச் சரி செய்வதற்காகச் செய்யப்படும் சடங்கினைக் கண்ணேறு கழித்தல் என்று கூறுகிறோம். குழந்தைகள் உடல்நலம் இல்லாமல் போவதற்குக் கண்திருஷ்டி படுதல் முக்கியமான நிகழ்வாகப் பார்க்கப்படுகின்றது. பேபி ஹால்தார் தன் கணவனுடன் இனியும் சேர்ந்து வாழ முடியாது என்று தீர்மானித்து, கல்கத்தா செல்கிறார். பேபி ஹால்தாரின் குழந்தையைப் பார்த்த அவரது உறவுப் பெண் கண் திருஷ்டி வைக்கிறார். அப்போது, பேபிஹால்தார் தன் குழந்தைகளுக்குத் திருஷ்டி பட்டுவிடக்கூடாது என்று நான் குழந்தையின் இடதுகைச் சுண்டுவிரலைப் பல்லால் லேசாகக் கடித்து அவன் உடம்பில் துப்பினேன். ஆட்களின் கண் திருஷ்டியிலிருந்து குழந்தையைக் காப்பாற்றுவதற்காக இதெல்லாம் செய்தபோதிலும் அவனுக்கு இடையிடையே ஏதாவது நோய் வந்துகொண்டேயிருந்தது.[14] கண் திருஷ்டி நம்பிக்கை நாட்டுப்புற மக்களிடம் இயல்பாகவே இருக்கக் கூடிய ஒன்றாகும்.

எச்சில், பேய் போன்ற ஆவிகளை விரட்டும் தன்மை கொண்டவை என்பதால் அதனோடு ஒத்த கண் திருஷ்டியையும் விரட்டும் என நம்புகின்றனர். கண் திருஷ்டியை நீக்குவதற்காக மிளகாய் உப்பு கடுகு போன்றவற்றைக் கொண்டு குழந்தையைச் சுற்றிவிட்டு நெருப்பில் இட்டு எரிப்பதனைப் போலப் பல்வேறு கண்ணேறு கழித்தல் சடங்குகளை இன்றைக்கும் காணமுடிகின்றது. மேலும், கண்ணேறு பட்டக் குழந்தைகளுக்கு யானையின் வால் முடியைக் குழந்தையின் கையில் கட்டுதல். சூடம், உப்பு, எலுமிச்சம் பழத்தால் திருஷ்டி சுற்றிப் போடுதல் போன்றவை இன்றைக்கும் பின்பற்றப்படும் நம்பிக்கைகளாகும்.

மூத்த குழந்தையை நேர்ந்துவிடுதல்

பிறக்கின்ற மூத்த ஆண்/பெண் குழந்தைகளைக் குலதெய்வங்களுக்கு நேர்ந்து விடுகிற நம்பிக்கையைப்

பேபி காம்ப்ளியும் சரண்குமார் லிம்பாலேயும் அவர்களது தன்வரலாறுகளில் கூறியுள்ளனர். குழந்தைகளை நேர்ந்துவிடக்கூடிய பழக்கத்தை உலகம் முழுக்கப் பார்க்க முடிகின்றது. அது பக்தியின் பெயரால் கடவுளுக்குத் தொண்டு செய்வதற்காக நேர்ந்து விடுகின்றனர். ஆனால், தலித்துகளிடம் காணப்படக்கூடிய மூத்த ஆண் குழந்தைகளையும் பெண் குழந்தைகளையும் நேர்ந்து விடுதல் என்பது பொது சமூகம் வைத்திருக்கின்ற தொண்டு என்பதிலிருந்து முற்றிலும் மாறுபட்டதாகும். தலித்துகள் முதல் மகனைக் கடவுளுக்குக் காணிக்கையாகக் கொடுத்து விடுவர். அக்குழந்தைகள் பறை அடித்து கந்தோபர என்னும் ஆண் கடவுளையும் அம்பாபாய் என்னும் பெண் கடவுளையும் ஆச்சாரத்துடன் வழிபடுபவர். மூத்த மகன், அவர்கள் வீட்டின் கவுரவமாய் கருதப்படுவான். அவன் கடவுளுக்குப் பணிவிடை செய்வதற்காக நேர்ந்து விடப்படுவான். அதற்காக அவனைத் தயார் செய்தல் அவனுடைய அப்பாவிற்குப் பெரும்பங்கு இருக்கிறது. அப்படி மூத்த மகனைத் தெய்வத்திற்கு நேர்ந்து விடுவது வாழ்வாதாரப் பிரச்சனைகளைத் தீர்க்கக்கூடியதாகக் கருதப்பட்டது. அடுத்த தலைமுறைக்கு செய்யப்படும் ஆதாரமாய்க் கருதப்பட்டது. இந்த வழக்கம் அவர்களின் முன்னோர்களின் வாழ்வாதாரத்திற்காக செல்வங்களை வழங்கியதாகக் கருதப்பட்டது. என்ன அந்த செல்வங்கள்? அப்படிபட்ட ஒவ்வொரு வீட்டிலும் கோட்மா என்று சொல்லக்கூடிய சதுரமான தாமிரத்தட்டு, புனித மஞ்சள் பொடியைப் பாதுகாத்து வைக்க, கோல் என்னும் தோலால் ஆன பை, சாவன் டேக் என்னும் கம்பிவாத்தியம் ஆகியன இருக்கும். இந்தப் பொருட்கள் பாரம்பரியச் சொத்தாக அடுத்தத் தலைமுறைக்குக் கொடுக்கப்படும். இந்தப் பழக்கத்தை யாரும் எதிர்க்கவில்லை. நேர்ந்து விடப்பட்டவனின் சொத்தான இந்தப் பொருள்கள் அவன் வீட்டின் ஒரு மூலையில் தொங்கவிடப்பட்டிருக்கும்.[15] மூத்த மகனை அலங்கரித்து, பிச்சை எடுக்க வைப்பதற்காக இப்படிச் செய்யப்படுகிறது.

மூத்த ஆண் குழந்தைக்கு மட்டுமே இத்தகைய நடைமுறை பின்பற்றப்படுகிறது. பெண் குழந்தைகளை நேர்ந்து விடக்கூடிய பழக்கத்தை சரண்குமார் லிம்பாலே, அனார்யா தன் வரலாறில் குறிப்பிட்டுள்ளார். கடவுள் பற்றுமிக்க ஒரு

பெண் அம்பாபாயிக்கு நேர்ந்து விடப்பட்டாள். சடங்குகளுக்குப் பிறகு அவள் அங்கேயுள்ள கடவுளுக்கு அர்பணிக்கப்பட்டாள். பிறகு, அவளுக்கான ஒரு புரோகிதர் நியமிக்கப்பட்டார். அந்தப் புரோகிதர் அவளுக்குக் கூடையையும் வேத நூலையும் தரவேண்டும். எப்போதும் உண்மையையே பேசுவேன் என்றும் யாரையும் ஏமாற்ற மாட்டேன் என்றும் அந்தப் பெண் அவர் முன்னால் சத்தியம் செய்ய வேண்டும். அதற்குப் பிறகு அந்தப் பெண் ஒரு பக்தையாக வாழ்க்கையைத் தொடங்கலாம். இப்படிப்பட்ட சடங்குகளுக்குப் பிறகு ஒரு பக்தையாக மாறியிருந்தாள் (எஸ். பாலச்சந்திரன் (தமிழில்) 2012:147-148) பெண்களைக் கடவுள்களுக்கு நேர்ந்து விடக்கூடிய இத்தகைய வழக்கத்தை மஹர்களிடம் இருந்ததை சரண்குமார் லிம்பாலே பதிவு செய்துள்ளார். இதேபோன்று தமிழ் நாட்டில் தேவதாசி மரபு இருந்ததையும் இன்றும் சில இடங்களில் பெண்களை நேர்ந்துவிடுகின்ற 'பொட்டுக்கட்டுதல்' எனும் சடங்கு இருப்பதையும் காணமுடிகிறது.

எச்சில் நம்பிக்கை

குழந்தை பிறந்தவுடன் அந்தக் குழந்தையைப் பார்க்க வரக்கூடிய உறவினர்கள், வீட்டிற்குள் நுழைவதற்கு முன் எச்சில் துப்பிவிட்டு அதன் பிறகு வீட்டிற்குள் நுழைவதாய் பேபி காம்ப்ளி குறிப்பிடுகிறார். அந்த வீட்டில் குழந்தை பிறந்திருக்கிறது என்பதற்கு அடையாளமாக வேப்பம் கிளை ஒன்று அவ்வீட்டு வாயிலில் தொங்க விடப்பட்டிருக்கும். அவ்வீட்டிற்கு வருபவர்கள் வாசல் படியில் வந்து, ஒரு நிமிடம் நின்று மூன்றுமுறை எச்சிலைத் துப்பிவிட்டுத் தான் வீட்டிற்குள் நுழைவார்கள். இப்படிச் செய்வதால் அவர்களுடன் ஏதாவது கெட்ட ஆவிகள் பின்தொடர்ந்திருந்தால் அவை விலகி ஓடிவிடும் என்று நம்பினர்.[16] எச்சில், பேய் முதலிய துஷ்ட சக்திகளை ஓட வைக்கும் என்பது இன்றும் பின்பற்றப்படுகிற நம்பிக்கையாகும்.

பன்றிக்கறி நம்பிக்கை

தலித் மக்கள் மாட்டுக்கறி உண்ணக்கூடியவர்கள். ஆனால், பன்றிக்கறி உண்ணமாட்டார்கள். அம்பேத்கார், தலித்துகள்

மாட்டிறைச்சி உண்ணக்கூடாது என்று சொன்னவுடன், அந்த அமைப்பைச் சேர்ந்தவர்கள் மாட்டிறைச்சி உண்ணக்கூடாது என முடிவெடுக்கின்றனர். குறிப்பாகப் பன்றியின் பெயரைச் சொல்வதற்குக்கூட அவர்கள் விரும்புவதில்லை. மாட்டிறைச்சியை வாங்கும்போது, யாராவது பன்றியின் பெயரை உச்சரித்தால் மாட்டிறைச்சியைக் கீழே போட்டுவிடுவர். இப்படியான நம்பிக்கை தலித்துகளிடம் உண்டு. இஸ்லாமியர்களைப் போலவே மஹர் சாதியினரும் பன்றிக்கறியை உட்கொள்ள மாட்டார்கள். அவர்கள் பன்றியின் பெயரை உச்சரிக்க மாட்டார்கள். என் பாட்டி பன்றியின் பெயரை உச்சரித்தவுடன் அங்கிருந்தவர்கள் வெறுப்புடனும் பயத்துடனும் துப்பினார்கள். தங்கள் பங்கை வாங்கிருந்தவர்கள் அவற்றை அங்கு விரிக்கப்பட்டிருந்த தோலின் மீது வீசி எறிந்தனர். சில பெண்கள் எழுந்து என் பாட்டியை அடிக்க வந்தார்கள். அந்த இறைச்சியை இழக்கச் செய்ததற்காக என் பாட்டியைச் சத்தமாகத் திட்டினார்கள்.[17] மஹர் சாதியினர் பன்றிக்கறியினை இழிவாகப் பார்க்கின்றனர். பன்றிக்கறி என்பதனைப் பௌத்த மதம், புத்தர் இறப்பு என்பதோடு தொடர்புப் படுத்திப் பன்றிக்கறியை மஹர்கள் விரும்புவதில்லை. சரண்குமார் லிம்பாலே, கே.ஏ.குணசேகரன், பாமா, பேபி காம்ப்ளி, சித்தலிங்கையா, முத்துமீனாள், ஒய். பி.சத்தியநாராயணா, வசந்த்மூன், ஓம்பிரகாஷ் வான்மீகி இவர்கள் தலித் தன்வரலாறுகளை எழுதியவர்கள். இவர்கள் தன் வரலாறுகளில் மாட்டிறைச்சி உண்டதாகக் குறிப்புகள் இடம் பெற்றுள்ளனவே தவிர, பன்றிக்கறி உண்டதாகப் பதிவுகள் இல்லை என்பது கவனிக்க வேண்டிய ஒன்றாகும்.

இரத்தச் சோறு

தலித் மக்கள் மட்டுமல்லாது, உலகில் பல இன மக்கள் வழிபாடுகளின்போது, இரத்தத்தோடு சோற்றினைக் கலந்து வழிபாடு செய்கின்றனர். சாமிகளுக்கும் பேய்களுக்கும் படைப்பதற்கு இரத்தச் சோற்றினைப் பயன்படுத்துகின்றனர். ஒய்.பி. சத்தியநாராயணா என் தந்தை பாலைய்யா தன் வரலாற்றில், எருமை இரத்தத்தோடு சோறினைக் கலந்து வழிபடும் நம்பிக்கையைப் பதிவு செய்துள்ளார். மாட்டு வண்டி நிறையக் கொண்டு வந்திருந்த வெந்த சோற்றினை எருமையின்

இரத்தத்தோடு கலந்தனர். மஞ்சளும் குங்குமமும் கொண்டு அலங்கரிக்கப்பட்ட கூடை ஒன்றில் இரத்தச் சோற்றை நிரப்பி ஊர் மூத்தவரின் தலையில் அதை வைத்தனர். நரசய்யாவும் இன்னும் சிலரும் உடன் செல்ல அவர் ஒவ்வொரு வீட்டின் வாசலிலும் ரத்தம் கலந்த சோற்றை வீசினர். இப்படிச் செய்தால் வீட்டினுள் எந்தத் தீய சக்தியும் நுழையாது என்று அவர்கள் நம்பினர்.[18] இரத்தத்தோடு சோற்றைக் கலப்பதென்பது, பண்டைக்காலந்தொட்டு நடைபெற்று வரக்கூடிய பழக்கமாகும். இரத்தம் என்பது புனிதமானது. தூய்மையானது என்பதால் அதனை உணவோடு கலந்து தெளித்தால், தீயசக்திகள் விலகும் என்று நம்புகின்றனர். தமிழ்நாட்டில் அங்காளம்மாள் வழிபாட்டில் இரத்தத்தோடு சோற்றினைக் கலந்து வானத்தை நோக்கி வீசப்படுகிற நடைமுறையைக் காணமுடிகிறது.

வளமை நம்பிக்கை

முத்துமீனாள் விவசாயக் குடும்பப் பின்னணியைக் கொண்டவர் என்பதால் வளம் சார்ந்த நம்பிக்கைகளைப் பதிவு செய்துள்ளார். தண்ணீர் எடுக்கும் குளத்திற்குத் தர்மம் என்று பெயர் சொல்லுவார்கள். எப்பொழுதும் நீர் வற்றாது. வயதானவர்கள் உயிர் இழுத்துக் கொண்டிருக்கும்போது, தர்மத் தண்ணீரை தொண்டையில் நனைத்தால் உயிர் பிரிந்துவிடும் என்று பேசிக்கொள்வார்கள். அதேபோல், தீபாவளி அன்று பனை ஓலைகளையும் பச்சைக் கம்புகளையும் உயரமாக வைத்து இரவில் எரிப்பார்கள். பனையோலை எரிந்து முடிந்தவுடன் கரிக்கட்டைக் கம்புகளைத் தங்கள் விளை நிலங்களில் ஒரு மூலையில் வைப்பார்கள். அப்படி வைத்தால் விளைச்சல் நன்றாக இருக்கும் என்பது ஒரு நம்பிக்கை. இன்றும்கூட யாகங்களில் எஞ்சியிருக்கும் சாம்பலை வயல்வெளிகளில் தெளித்தால் விளைச்சல் பெருகும் என்ற நம்பிக்கையைக் காணமுடிகிறது.

மருத்துவ நம்பிக்கை

மருத்துவம் சார்ந்த பல நம்பிக்கைகள் தலித் மக்களிடம் இருக்கின்றன. மரு நீங்குவதற்கான நம்பிக்கையை முத்துமீனாள் அவருடைய முள் தன்வரலாறில் குறிப்பிட்டுள்ளார்.

சேங்கை என்று ஒரு குளம் உள்ளது. அந்தக் குளத்தில் நிறையப்பேர் வேண்டுதல் வைத்துக் குளிப்பார்கள். சாதாரணமாக முகத்தில் வரும் பால் பரு உள்ளவர்கள், உப்பு வாங்கிப் போடுவதாக வேண்டிக்கொண்டு, அந்தக் குளத்தில் குளிப்பார்கள். அப்படிச் செய்பவர்களுக்குப் பரு நீங்கிவிடும் என்று சொல்வார்கள்[19] என்று கூறியுள்ளார்.

இதேபோன்று மருத்துவ நம்பிக்கை ஒன்றினை வசந்த் மூன் ஒரு தலித்திடமிருந்து தன்வரலாறில் குறிப்பிட்டுள்ளார். வெயில் காலத்தில் குழந்தைகளுக்கு வரக்கூடிய வெயில் கொப்புளங்களை மழை நீக்குவதாக நம்புகின்றனர். குறிப்பாக முதல் பருவ மழைக்கு[20] இப்படியான தன்மை இருப்பதாகத் தலித் மக்கள் நம்புகின்றனர். தண்ணீருக்கு மருத்துவக்குணம் உண்டு. அதனை மிகச் சரியாகப் பயன்படுத்திக்கொள்பவர்கள் தலித்துகள். மேலும் தண்ணீரை அடிப்படையாக வைத்து பல நோய்களைப் போக்கிக் கொள்கின்றனர். அதேபோல் வடு தன்வரலாறில் கே.ஏ.குணசேகரன் மாட்டின் உடல்நலம் குறித்த நம்பிக்கை ஒன்றைப் பதிவு செய்துள்ளார். தோவூரு முனியய்யா கோயிலில் நடந்த மஞ்சுவெரட்டைப் பாக்கலாம். மாடுகளை முனியய்யா கோயில் மஞ்சு வெரட்டுல கலந்துக்க வச்சா மாடு, நோய் நொடியில்லாம நல்லாத் திடகாத்திரமா இருக்கும்னு சனங்க நம்புறதால நெறைய மாடுகள் மஞ்சு வெரட்டுக்கு வரும்[21] என்று குறிப்பிட்டுள்ளார். திருவிழாக்களோடு மாடுகளைத் தொடர்புப்படுத்திச் செய்யப்படும் சடங்குகள் பல இன்றைக்கும் இருக்கின்றன.

தட்டு நம்பிக்கை

களவில் காணாமல்போன பொருளைக் கண்டுபிடிப்பதற்காகப் பல உத்திகளை கையாளுகிறோம். சித்தலிங்கையா வித்தியாசமான நம்பிக்கை ஒன்றைப் பதிவு செய்துள்ளார். அதில், திருட்டுப்போன பொருளைக் கண்டுபிடிப்பதற்காகத் தெருவில் தட்டு ஒன்றை உருட்டுகின்றனர். அந்தத் தட்டு எந்த வீட்டின் முன் நிற்கின்றதோ அவரே அந்தப் பொருளை எடுத்ததாக நம்புகின்றனர். இப்படியான ஒரு நம்பிக்கையை ஊரும் சேரியும் தன்வரலாறில் சித்தலிங்கையா பதிவு செய்துள்ளார். சாப்பிடும் பித்தளைத் தட்டினை அந்த வீட்டில்

வைத்துப் பூசை செய்து, ஒரு ஆள் அத்தட்டுக்களை இரண்டு கைகளிலும் வைத்துக்கொண்டிருக்க வேண்டும். அப்போது, அந்தத் தட்டு உருளத் தொடங்கும். அதன் பின்னாலேயே தட்டில் கை வைத்தவனும் செல்வான். அதன் வேகம் மெல்ல மெல்ல அதிகரிக்கும் ஜனங்களும் தட்டையே பின்தொடர்ந்து செல்வார்கள். அத்தட்டு தெரு வழியாக ஒவ்வொரு வீட்டின் முன்னும் சென்று, திருடியவனின் வீட்டின் முன் நிற்கும். அப்போது திருடியவனை மக்கள் பிடித்து விடுவார்கள்.[22] இப்படியான ஒரு நம்பிக்கை இருந்ததாக சித்தலிங்கையா பதிவிட்டுள்ளார். திருட்டைக் கண்டுபிடிக்க வெற்றிலையில் மை வைத்துப் பார்ப்பது போன்ற சில நடைமுறைகளை நாம் பின்பற்றுகிறோம். ஆனால், சித்தலிங்கையா கூறுவது முற்றிலும் புதிதான ஒரு நம்பிக்கையாக உள்ளது.

பால் நம்பிக்கை

நெடுந்தொலைவு சென்று வேலைக்குச் செல்லக்கூடிய தலித் பெண்கள் குழந்தைகளை வீட்டிலேயே விட்டுச் செல்வர். அப்போது குழந்தை பால் குடித்ததா இல்லையா என்ற வலி பெண்களுக்கு ஏற்படும். இந்தச் சூழலில் பால் குறித்த நம்பிக்கை ஒன்றை ஊர்மிளா பவர் குறிப்பிட்டுள்ளார். இங்கே பாரு பால் வடிஞ்சா அதைவிட்டு வெறுந்தரையில் பீச்சி அத எறும்பு ருசித்தது என்றால் அப்புறம் உனக்கு மார் வத்திடும். அதுக்குப் பதிலா இலையில் பால் பீய்ச்சி மரத்தின் தூரில் பாலை ஊற்றி அதை மரம் ருசித்தால் குழந்தைக்கு நல்லா பால் சுரக்கும் (போப்பு-தமிழில், 2014:36) என்ற ஒரு நம்பிக்கையைப் பதிவு செய்துள்ளார். இதுபோன்ற ஒரு நம்பிக்கையை வேறு எந்தத் தன்வரலாறுகளும் கூறவில்லை.

தெய்வ நம்பிக்கை

மனிதன் இயற்கையின் மாறுபாடுகளைப் பார்த்து அச்சம் கொள்ளத் தொடங்கியப்பொழுதே, தெய்வ நம்பிக்கை தோன்றத் தொடங்கிவிட்டது. கடவுள் பற்றிய முரட்டுத்தனமான கொள்கைகளை உடையவர்கள், தங்களுக்கு, நேரிடும் இடர்களுக்கான நியாயமான காரணங்களை அறிய முடியாமல், கண்களால் காணமுடியாத ஏதோ ஒன்றினால்

தீங்குகள் நேருவதாக நினைத்து விடுகின்றனர். அடுத்தகட்ட நடவடிக்கை அப்படி நேரிடுவதற்காகக் கெட்ட தேவதைகள், பூத, பிசாசுகள் காரணமெனக் கூறி அவற்றைத் துதிக்க முற்பட்டு விடுகின்றனர்.[23] இத்தகைய வழிபாட்டில் ஒரு குறிப்பிட்ட விலங்கு - தாவரம், அல்லது குலக்குறி, இயற்கைப் பொருள் - ஆவி, முன்னோர், தெய்வம் ஆகிய எந்த ஒன்றின் ஆற்றல் மீது கொண்டுள்ள அனைத்து வகையான நம்பிக்கைகளும் சடங்குகளுடன் வழிபாடும் சேர்ந்த வழிபாட்டு மரபாகும்.[24] இந்த நம்பிக்கைகள் மரபு வழியாகத் தலைமுறை தலைமுறைகளாகத் தொடர்ந்து வரக்கூடியவை. இவைகளை ஒருபோதும் நீர்த்துப் போகச் செய்துவிட முடியாது. ஏனென்றால், இந்தத் தெய்வத் தோற்ற முறை என்பது நம்பிக்கையை அடிப்படையாகக் கொண்டவை. அதனால் இவற்றை எளிதாகப் புறந்தள்ளிவிட முடியாது.

நாட்டுப்புற மக்கள் வழிபடக்கூடியத் தெய்வங்களை ஊர்த் தெய்வங்கள், இனத் தெய்வங்கள், குலதெய்வங்கள், துணைத் தெய்வங்கள், சமாதித் தெய்வங்கள், மாலைத் தெய்வங்கள் என்ற அடிப்படையில் பிரித்துக்கொள்ளலாம். இந்தத் தெய்வங்கள் உணர்வோடும் உயிரோடும் தொடர்புடையவை. இந்தத் தெய்வங்கைளையே பெரும்பாலான தலித்துகள் வழிபடுகின்றனர். தலித் தன் வரலாறுகளில் குலதெய்வங்களும் ஊர்த் தெய்வங்களும் அதிகமாக இடம் பெற்றள்ளன. சுதந்திரக் காற்று நூலில், வட்ஜெய், கட்ஜெய் போன்ற தெய்வங்கள் குறித்தும் கவர்மெண்ட் பிராமணன் நூலில் மாரியம்மன், முனி குறித்தும் என் தந்தை பாலையா நூலில் மல்லம்மா, எல்லம்மா, போசம்மா குறித்தும் ஒரு தலித்திடமிருந்து நூலில் மாதாமி, நாகப்பஞ்சமி வழிபாடு குறித்தும் ஊரும் சேரியும் நூலில் மாரியம்மன், ஜல்தகெரெ, ஜடாமுனி, மண்டேஸ்வரி, சனி மகாத்மா, ஆட்டுச்சாமி வடு தன்வரலாறில் சங்கையா, கழுவடியான் முனி, அனார்யா தன்வரலாறில் மாசோபா, கோக்லாயி, சத்வாய், அம்பாயாயியல்லாமா, லட்சுமி, காண்டோபா போன்ற தெய்வங்கள் குறித்த தகவல்கள் இடம் பெற்றுள்ளன. இந்தச் சாமிகள் தலித்துகளின் வாழ்வியலோடு பிணைந்து இருக்கின்றன. இந்தச் சாமிகள் இவர்கள் மீது வருகின்றன. இவர்கள் சாமி ஆடுகின்றனர். இந்தத்

தெய்வங்களில் பெரும்பாலானவை பெண் தெய்வங்களாக இருக்கின்றன. பெண்களே இத்தெய்வங்களை அதிகமாக வழிபடுகின்றனர். பெண்கள் வழிபடுகின்ற சாமிகள் குறித்து வசந்த் மூன் பின்வருவாறு கூறியுள்ளார். மகர்புராவைச் சேர்ந்த மாதாமி கோவில் மேற்குப் புறமாக இருந்தச் சாலைக்கருகில் இருந்தது. காலரா, வயிற்றுப்போக்கு அல்லது அம்மை நோய்கள் பரவும்போது, படிப்பறிவில்லாத அப்பாவிப் பெண்கள் மாதாமி கோவிலுக்கு ஒரு குடம் தண்ணீர் கொண்டு செல்வார்கள். சில சமயங்களில் அவர்கள் கோழிகளையும் பலியிடுவார்கள்.[25] பலியிடுதல் என்பது முக்கியமான ஒன்றாகும். பலியிடுதலின் வழியாகச் சாமிகளின் கோபத்தை/ஆக்ரோசத்தைக் கட்டுப்படுத்தலாம் என நம்புகின்றனர்.

வசந்த்மூன் தன்னுடைய ஒரு தலித்திடமிருந்து தன்வரலாறில், நாகபஞ்சமி வழிபாடு குறித்துக் குறிப்பிட்டுள்ளார். இவ்வழிபாடு பாம்பு உருவங்களை வணங்கக் கூடிய வணக்க முறையாகும். மாவினால் பாம்பு, தேள் போன்ற உருவத்தைச் செய்து, அதனை எண்ணையில் பொரித்தப்பின் பாலில் ஊறவைக்கின்றனர். அதன்பின் அதனை உண்கின்றனர். தலித்துகளிடம் மட்டுமே இவ்வழிபாடு காணப்படுகிறது. அதேபோல, ஒருவர் மற்றொருவர் வீட்டிற்குச் சென்று பாம்பு, தேள் உருவ மாவுகளைத் தின்னக் கூடாது என்ற நடைமுறையும் தலித்துகளிடம் இருந்ததாகக் குறிப்பிட்டுள்ளார்.

இதேபோல், சாமிவந்து ஆடுதல் குறித்த பதிவுகளும் தலித் வரலாறுகளில் இடம்பெற்றுள்ளன. என் தந்தை பாலய்யா தன்வரலாறில், நரசய்யா மனைவிக்குச் சாமி வருகிறது. எதுக்காக வந்திருக்க என்று கேட்கிறார்கள். அதற்கு, ‘ஆத்தா கோபமா இருக்கா, அவளுக்குப் படையல் வைக்கனும். இல்லன்னா, உன் கிராமத்துக்குக் காலரா வரும் என்று கூறுகிறது’. அந்தச் சாமி கூறியதுபோல படையல் வைத்து வழிபடுவதாகக் குறிப்பிட்டுள்ளார். இது போன்ற தெய்வ வழிபாடுகள் குறித்த பல பதிவுகள் தலித் தன்வரலாறுகளில் இடம்பெற்றுள்ளன. தலித்துகள் எளியவர்கள். எளியவர்களின் வாழ்க்கையில் ஏராளமான தெய்வங்கள் இடம்பெறுவது இயல்பே. அதனையே இந்தத் தன்வரலாறுகள் வழியாகக் காணமுடிகிறது.

பேய் நம்பிக்கை

தலித் மக்களிடம் தெய்வ நம்பிக்கை எவ்வாறு ஆழமாக வேரூன்றியுள்ளதோ அதனைப் போல, பேய் நம்பிக்கை ஆழமாகப் பரவியுள்ளன. தலித் மக்கள் பேய் இருப்பதாக நம்புகின்றனர். பேய் குறித்த சிந்தனைகளும் அதனைக் குறித்த மதிப்பீடுகளும் இவர்களிடம் இருந்ததைத் தலித் தன்வரலாறுகள் வெளிப்படுத்தியுள்ளன. இந்தியத் தலித் தன் வரலாறுகளான பேபி ஹால்தாரின் 'விடியலைநோக்கி', ஒய்.பி. சத்திய நாராயணாவின், 'என் தந்தை பாலய்யா', அரவிந்த் மாளகத்தியின் 'கவர்மெண்ட் பிராமணன்', கே.ஏ. குணசேகரனின் 'வடு', பேபி காம்ப்ளியின் 'சுதந்திரக்காற்று', சித்தலிங்கையாவின் 'ஊரும் சேரியும்', வசந்த் மூனின் 'ஒரு தலித்திடமிருந்து', முத்துமீனாளின் 'முள்', ஓம்பிரகாஷ் வால்மீகியின் 'எச்சில்', சரண்குமார் லிம்பாலேயின் 'அனார்யா' போன்ற பல்வேறு தன் வரலாறுகளில் பேய் குறித்த பதிவுகள் இடம்பெற்றள்ளன.

விடியலை நோக்கித் தன்வரலாறில், தான் பார்த்த பேய் குறித்த நிகழ்வைப் பேபி ஹால்தார் பதிவு செய்துள்ளார். விபுவின் முதல் மனைவி இறந்து விடுகிறாள். அவன் இரண்டாம் திருமணம் செய்துகொள்கிறான். அவள் கர்ப்பமாகி இருக்கக்கூடியச் சூழலில், முதல் மனைவி பேயாக வந்து இரண்டாம் மனைவியைப் பிடித்துக்கொள்கிறாள். மந்திரவாதி வரவழைக்கப்பட்டு, ஹோமமும் பூஜையும் செய்கின்றனர். அவளது முகத்திற்கு அருகே விளக்குமாறைக் காட்டி நீ யார் என்று கேட்கிறார் பூசாரி. நீ ஏன் இவள் உடம்புக்குள் வந்தாய் என்று கேட்கிறார். அவள், என் கணவரை வேறு யாரும் சொந்தம் கொண்டாட நான் விடமாட்டேன். இவள் வயிற்றுக் குழந்தையையும் வளர விடமாட்டேன் என பதில் வரும். மந்திரவாதி திரும்பவும் விளக்குமாறை உயர்த்தி ஆவியைப் பயமுறுத்துவார். ஆவி, நான் இதோ போய்விடுகிறேன் என்று சொல்லும். திரும்பவும் இவள் உடம்பில் வருவாயா? மாட்டேன். போகும்போது எந்த வழியாகப் போவாய்? வீட்டின் பின்பக்கமாகப் போய் விடுகிறேன் என்று சொல்லும். உடனே விபுவின் மனைவி வீட்டின் பின்பக்கமாக ஒரே ஓட்டமாக ஓடி மயங்கிக் கீழே விழுவாள்.[26] அதன்பின் அவள்

எப்பொழுதும் போல சாதாரணப் பெண்ணாக இருந்தாள் என்று குறிப்பிடுகிறார். ஆனாலும், திரும்பத் திரும்ப அவள் முதல் மனைவியால் பாதிக்கப்பட்டாள் என்ற குறிப்பினைப் பேபிஹால்தார் தந்துள்ளார்.

கே.ஏ. குணசேகரன் ‘வடு’ தன்வரலாறில், அவருடைய தங்கைக்குப் பேய் பிடித்த நிகழ்வைப் பதிவு செய்துள்ளார். அவருடைய தங்கை கலா கண்ணை அகலமாக விரித்து பார்த்ததோட கண்ணை உருட்டி உருட்டிப் பார்த்திருக்கிறார். அந்தச் சமயத்தில் கே.ஏ. குணசேகரன் மட்டுமே வீட்டில் இருந்திருந்திருக்கிறார். என்ன செய்வதென்றுத் தெரியாமல் செருப்பினை எடுத்து கலாவைப் பலமுறை அடித்துவிட்டு, வீட்டைவிட்டு ஓடிவிட்டதாகக் குறிப்பிட்டுள்ளார். செருப்பு, விளக்குமாறு போன்றவற்றிற்குப் பேய்கள் பயப்படும் என்பது நம்பிக்கை.

ஓம்பிரகாஷ் வால்மீகி ‘ஜுதான்’ தன்வரலாறில் உடல் நலம் இல்லாமல் ஓம்பிரகாஷ் வால்மீகி இருந்தபோது, அவருடைய பெற்றோர் தன் மகனுக்குப் பேய் பிடித்துவிட்டதாக நம்பி, பூசாரியிடம் அழைத்துச் செல்கின்றனர். பூசாரி சவுக்கை எடுத்து வால்மீகியை அடிக்கிறார். தனக்குப் பேய் பிடிக்கவில்லை என்று சொல்லிவிட்டுப் பூசாரியிடமிருந்து, வால்மீகி சவுக்கைப் பிடுங்கிக் கொள்கிறார். பின் தனக்குப் பேய் எதுவும் பிடிக்கவில்லை என்று கத்துகிறார். பூசாரி திரும்பிச் சென்று விடுகிறார். பேய் என்பதெல்லாம் மூடநம்பிக்கை சார்ந்தது என்று அவருடையத் தன்வரலாறில் குறிப்பிட்டுள்ளார்.

தலித் மக்கள் மட்டுமல்ல நாட்டுப்புற மக்களிடம் பேய் குறித்த அச்சங்கள் நிறைய உண்டு. மரத்தில் பேய் இருப்பதாகப் பரவலாக நம்பப்படுகிறது. ஒரு தலித்திடமிருந்து தன் வரலாறில் வசந்தமூன், நெட்டைக் கிழவி என்ற பெண் மரத்தில் பேயாக வாழ்வதாகக் குறிப்பிட்டுள்ளார். மேலும், பலரும் அந்த மரத்தில் பல பேய்கள் இருப்பதாக நம்பினர் என்று குறிப்பிட்டுள்ளார்.

‘என் தந்தை பாலய்யா’ தன் வரலாறில் ஒய்.பி. சந்தியநாராயணா, தன் அண்ணிக்குப் பேய் பிடித்த நிகழ்வைப் பற்றிக் குறிப்பிட்டுள்ளார். பேய் பிடித்த அண்ணியிடம், யார் நீ ஏன் வந்த? நீ ஆம்பிளைப் பேயா? பொம்பிளைப் பேயா? என்று மந்திரவாதி கேட்கத் தொடங்கினார். வாய்விட்டுச் சிரித்த

அண்ணி விக்கல் எடுப்பதுபோன்ற சத்தங்களை எழுப்பியபடியே நான் பொம்பிளைப் பேய், பிராமணப் பேய், எனக்குத் தயிர் சாதம் வேணும் என்றார்.[27] தயிர் சாதம் கொடுத்ததும் வேக வேகமாக அண்ணி, தயிர் சாதத்தைச் சாப்பிட்டார். இது பயங்கரப் பேய் எனக் கூறிய பூசாரி, பாட்டிலில் இருந்த சாராயத்தைக் குடித்துவிட்டு, உயிருடன் இருந்த ஆட்டுக்குட்டி மீது மஞ்சள் தூவி, தரையில் ஆட்டைத் தூக்கிப்போட்டு அதன் உயிர் பிரியும் வரை, அதன் தொண்டையைக் கடித்தார். அந்த ஆடு இறந்துவிட்ட நேரத்தில் அண்ணிக்குப் பிடித்திருந்த பேயும் விலகிவிட்டதாக அப்பா கூறினார். பின்பு கொஞ்சம் காலம் கழித்து முழுமையாக அண்ணி சரியானதாகக் கூறியுள்ளார்.

பேய்கள் குறித்த ஏராளமான பதிவுகளைச் சித்தலிங்கையா தனது ஊரும் சேரியும் தன் வரலாறில் கூறியுள்ளார். சித்தலிங்கையா ஒருமுறை புளியமரத்திலிருந்து எழுந்த சத்தத்தைக் கேட்டு, வீட்டிற்கு ஓடி வந்ததாகக் குறிப்பிட்டுள்ளார். மேலும், பள்ளியில் படிக்கும்போது அதிகாலையில் எழுந்து பிரார்த்தனை செய்ய வேண்டும். அப்போது ஒரு மாணவன் தன்னைப் பேய் எழுப்பியதாகப் பயந்து உடல் நடுங்கிக் கூறியதாகக் கூறியுள்ளார். தலித் மக்களிடம் பேய்கள் குறித்த நம்பிக்கைகள் அதிகமாக இருந்ததனை, சித்தலிங்கையா பல இடங்களில் பதிவு செய்துள்ளார். அவர் ஓரிடத்தில் பேய் பிடித்த பெண் பற்றிக் குறிப்பிடும்போது, பொதுவாகப் பெண்கள்தான் பேய் வந்து ஆடுவார்கள். ஒருவனுடைய இரண்டாவது மனைவி மீது பேய் வருவதுண்டு. அவள் கூவியபடி அங்கும் இங்கும் ஓடத் தொடங்கினாள். பலரும் முயற்சி செய்துக்கூட அவளைப் பிடிக்க முடியவில்லை. பேய் பிடித்ததுமே அவள் செய்யும் முதல் வேலை தன் கணவனின் சட்டையைப் பிடித்து இழுத்து நன்றாக உதைப்பதுதான். பேய் பிடித்திருக்கும் சமயம் என்பதால், அவளைக் கணவன் திரும்பியடிக்க முடிந்ததில்லை[28] என்று கூறியுள்ளார். தலித் பெண்களுக்கு எளிய இலக்கு கணவன்களே. அதனால்தான் பேய் வந்ததும் மனைவி கணவனை அடிக்கிறாள்.

பெண்களுக்குப் பேய் பிடிக்கின்றதென்றால் பெண்களுக்குக் குடும்பச் சூழலில் மன அழுத்தம் அதிகம். மற்றொன்று பெண்கள் எளிதாகப் பயந்த சுபாவம் கொண்டவர்கள்.

முனைவர் இரா. வெங்கடேசன்

எளிதில் அச்சப்படக் கூடியவர்கள். அதனால் பெண்களை எளிதாகப் பேய் பிடிப்பதாக நம்பப்படுகிறது. தலித் பெண்கள் இயல்பாகத் தைரியமானவர்கள் என்றாலும் மின்சார வசதி இல்லாத சூழலில் இருட்டு, இருட்டு சார்ந்த நம்பிக்கைகள், பேய்கள் உருவாகக் காரணங்களாகின்றன. அதனால் பெண்கள் பேய்களால் பாதிக்கப்படுகின்றனர். தலித் தன்வரலாறுகளில் பேய்கள் பற்றிய நம்பிக்கைள் அதிகமாக இடம்பெற்றுள்ளன என்பது குறிப்பிடத்தக்கது.

III

தலித் தன்வரலாறுகள் தமிழ், தெலுங்கு, கன்னடம், இந்தி, மராத்தி போன்ற மொழிகளில் எழுதப்பட்டவை. பல்வேறு பண்பாட்டுச் சூழல்களை மையமாகக் கொண்டவை. தலித் தன்வரலாறுகளில் இடம்பெற்றுள்ள சடங்குகளையும் நம்பிக்கைகளையும் ஒப்பிட்டுப் பார்கின்றபொழுது, சில முடிவுகளுக்கு வர முடிகின்றது.

1. விடியலை நோக்கி, சுதந்திரக்காற்று, எச்சில், முள், அனார்யா, ஜூதான், வடு, ஒரு தலித்திடமிருந்து, என் தந்தை பாலைய்யா, கவர்மென்ட் பிராமணன், ஊரும் சேரியும் போன்ற தலித் தன்வரலாறுகள் வெவ்வேறு இந்திய மொழிகளில் எழுதப்பட்டவை. அதனால் வெவ்வேறு விதமான தலித் மக்களின் வாழ்க்கைச் சூழல்கள், பண்பாட்டுச் சூழல்கள் பதிவாகியுள்ளன.

2. சடங்குகள் என்று எடுத்துகொள்ளும்போது, பேபி ஹால்தார் முதலான தலித் எழுத்தாளர்கள் அவர்கள் வாழ்ந்த பகுதிகளில் இருந்த சடங்குகளைப் பதிவு செய்துள்ளனர். ஒரு பகுதியில் உள்ள சடங்கு முறை மற்ற பகுதிகளில் இடம் பெறவில்லை என்பது கவனிக்கத்தக்கது. அதாவது, ஒரே மாதிரியான சடங்குகளை இந்தியா முழுக்க வாழ்கின்ற தலித் மக்கள் பின்பற்றவில்லை.

3. குழந்தை பிறப்பு முதல் இறப்பு வரையிலான சடங்குகளைத் தலித் தன்வரலாறுகள் கூறியுள்ளன. வேறு சடங்குகள் பதிவாகவில்லை.

4. தலித் மக்கள் வணங்கக் கூடியத் தெய்வங்களும் ஒரே பெயரில் அழைக்கப்படவில்லை. ஒவ்வொரு பகுதிகளிலும் வெவ்வேறு சாமிகள் வழிபடப்படுகின்றன. மாரியம்மன், மண்டேஸ்வரி முதலான பல சாமிகளின் பெயர்கள் குறிப்பிடப்பட்டுள்ளன.

5. எருமை மாட்டு இரத்ததோடு சோற்றினைக் கலப்பது குறித்து ஓய்.பி. சத்தியநாராயணா (என் தந்தை பாலய்யா) குறிப்பிடுகிறாரேத் தவிர, வேறு தலித் தன்வரலாறுகளில் இப்படியான வழிபாடு குறித்தப் பதிவுகள் இல்லை.

6. தட்டு சாஸ்திரம் குறித்து சித்தலிங்கையா பதிவு செய்துள்ளார். சலாம் சடங்கு குறித்தும் ஓம்பிரகாஷ் வால்மீகி குறிப்பிடுகிறார்.

7. சடங்குகளைவிட நம்பிக்கைகள் தொடர்பான பல்வேறு பதிவுகள், தலித் தன்வரலாறுகளில் இடம்பெற்றுள்ளன. சரண்குமார் லிம்பாலே சொல்லக்கூடிய நம்பிக்கைகள் போல் அரவிந்த மாளகத்தி கூறவில்லை. ஒவ்வொரு தலித் தன்வரலாறுகளும் அந்தந்தப் பகுதிகளில் இருந்த நம்பிக்கைகளைப் பதிவு செய்துள்ளன.

8. தலித் தன் வரலாற்று ஆசிரியர்கள் அவர்களுடைய கடந்தகால அனுபவங்களைச் சொல்வதுதான் முதன்மையான நோக்கம். அவர்கள் வாழ்க்கையோடு கலந்திருந்த சடங்குகளையும் நம்பிக்கைகளையும் பதிவாக்கியுள்ளனர். அதனால் அவைகள் முக்கியத்துவம் பெற்றுள்ளன.

9. தலித் எழுத்தாளர்கள் சடங்குகளையும் நம்பிக்கைகளையும் எதார்த்தமாக, உள்ளதை உள்ளவாறு பதிவு செய்துள்ளனர். எதனையும் வலிந்து கூறவில்லை. அதேபோல், இப்படியான சடங்குகளையும் நம்பிக்கைகளையும் பதிவு செய்வதால் பொதுச் சமூகம் என்ன நினைக்குமோ எனவும் கவலை கொள்ளவில்லை. இந்த எதார்த்த அடையாளங்கள்தான் தலித் தன்வரலாறுகளை உண்மையான கலைப் படைப்பாக மாற்றியிருக்கின்றன.

10. வெவ்வேறு விதமான வாழ்முறைகளைப் பதிவு செய்த விதத்தில் ஒவ்வொரு தலித் தன்வரலாறும் தனித்துவம்

மிக்கதாக உள்ளது. இந்தத் தன்வரலாறுகளின் வழியாக இந்தியச் சமூகத்தில் பெரும்பான்மையாக வாழ்கின்ற தலித் மக்களிடம் இருக்கக்கூடிய சடங்குகளையும் நம்பிக்கைகளையும் ஒட்டுமொத்தமாகப் பார்க்கின்ற பொழுது, இவைகள் அனைத்தும் தனித்துவமிக்கவைகள் என்பது புரிகின்றது. மேலும். ஓரேமாதிரியான சடங்கு முறைகளையும் நம்பிக்கைகளையும் இந்தியா முழுக்க வாழ்கின்ற தலித்துகள் பின்பற்றவில்லை என்பது வெளிப்பட்டுள்ளது. அதனால் தலித் பண்பாடு என்பது ஒற்றை அடையாளம் கொண்டதல்ல. அது பன்முகத் தன்மை கொண்டது.

குறிப்புகள்

1. ஆ.திருநாகலிங்கம், புதுச்சேரி வட்டார நாட்டுப்புறக் கதைகள் காட்டும் சமுதாயம், ப.159
2. ஆறு. இராமநாதன், நாட்டுபுறப் பாடல்கள் காட்டும் தமிழர் வாழ்வியல், ப.193
3. நா.வானமாமலை, தமிழர் பண்பாடும் தத்துவமும், பக்.127-128
4. வெ.கோவிந்தசாமி, (தமிழல்) ஓம்பிரகாஷ் வால்மீகி, ஜூதான், ப.40
5. மேலது, ப.41
6. ஜெனி டாலி அந்தோணி, (தமிழில்) ஒய்.பி.சத்தியநாராயணா, என் தந்தை பாலய்யா, ப.83
7. முத்துமீனாள், முள், ப.9
8. எம்.எஸ் (தமிழில்) பேபி ஹால்தார், விடியலை நோக்கி, ப.45
9. க.காந்தி, தமிழரின் பழக்கவழக்கமும் நம்பிக்கையும், ப.103
10. மேலது, ப. 65
11. பாயாசம் திரியவில்லை, எல்லோருக்கும் சந்தோஷம். ஆண் பிள்ளைதான், ஆண் பிள்ளைதான் என்று சொல்லிக்கொண்டே சித்தி, அப்பா முன்னால் சென்று சின்னப்பெண் போலக் குதித்தாள்.
12. எம்.எஸ்.(தமிழில்) பேபி ஹால்தார், விடியலை நோக்கி, ப.60
13. மு.ந.புகழேந்தி (தமிழில்) பேபி காம்ப்ளி, சுதந்திரக்காற்று, ப.16
14. எம்.எஸ். (தமிழில்) பேபி ஹால்தார், விடியலை நோக்கி, ப.114

15. மு.ந.புகழேந்தி (தமிழில்) பேபி காம்ப்ளி, சுதந்திரக்காற்று, ப.38
16. மேலது, பக்.92-93
17. மேலது, ப.108
18. ஜெனி டாலி அந்தோணி, (தமிழில்) ஒய்.பி.சத்தியநாராயணா, என் தந்தை பாலய்யா, ப.44
19. முத்துமீனாள், முள், ப.7
20. தங்கள் குழந்தைகளின் முதுகில் இருக்கும் வெயில் கொப்புளங்களைத் தங்கள் விரல்களால் மென்மையாகப் பிராண்டிவிட்டு மழையில் நடனமாட தாய்மார்கள் அவர்களை வெளியில் அனுப்பி வைப்பார்கள். முதல் மழையில் நனைந்தால் வெயில் கொப்புளங்கள் குணமாகிவிடும் என்பது அவர்கள் நம்பிக்கை, வெ.கோவிந்தசாமி (தமிழில்) வசந்த் மூன், ஒரு தலித்திடமிருந்து, பக்.44-45
21. கே.ஏ.குணசேகரன், வடு, ப.57
22. பாவண்ணன் (தமிழில்) சித்தலிங்கையா, ஊரும் சேரியும், ப.60
23. வி.என்.ராகவன் (தமிழாக்கம்) அபே.ஜெ.துபுவா, இந்திய மக்கள் மதம்- பழக்க வழக்கங்கள் - நிறுவனங்கள், ப.372
24. பக்தவத்சல பாரதி, நாட்டார் தெய்வங்களும் வழிபாட்டுக் குழுக்களும், ப.1
25. வெ.கோவிந்தசாமி (தமிழில்) வசந்த் மூன், ஒரு தலித்திடமிருந்து, ப.4
26. எம்.எஸ். (தமிழில்) பேபி ஹால்தார், விடியலை நோக்கி, ப.120
27. ஜெனி டாலி அந்தோணி (தமிழில்) ஒய்.பி.சத்தியநாராயணா, என் தந்தை பாலய்யா, பக்.213-214
28. பாவண்ணன்(தமிழில்) சித்தலிங்கையா, ஊரும் சேரியும், ப.48

~

5

தலித் தன்வரலாறுகளும் நாடோடித் தன் வரலாறுகளும்

இந்தியாவில் எழுதப்படுகின்ற தலித் தன்வரலாறுகளும் நாடோடித் தன்வரலாறுகளும் உடனுக்குடன் ஆங்கிலத்தில் மொழிபெயர்ப்புச் செய்யப்படுகின்றன. நடந்த நிகழ்வுகளை எந்தவிதமான ஒளிவுமறைவுமின்றி இத்தன்வரலாறுகள் பேசுவதால் வாசகர்கள் அதிகமாக வாசிக்கின்றனர். நாவல், சிறுகதை, கவிதைகளைவிட இத்தகைய தன்வரலாறுகள் அதிகமாக விற்பனையாகின்றன. புனைவில்லாத இத்தகையத் தன்வரலாறுகள் தொடர்ந்து பலரால் எழுதப்பட்டுக் கொண்டிருக்கின்றன. இந்தியாவில் எழுதப்பட்டு வெளிவந்துள்ள தன் வரலாறுகள் பல துறைகளில் வெற்றி பெற்றோரால் எழுதப்பட்டவை. அரசியல், பொருளாதாரம், வணிகம், வேளாண்மை, எழுத்தாளர்கள், ஓவியர், முதலிய கலை இலக்கியம் சார்ந்தோர் எனப் பலரால் எழுதப்பட்டுள்ளன. அதேபோல் தலித்துகளால் எழுதப்பட்டவை தலித் தன்வரலாறுகள். நாடோடிப் பழங்குடிகளால் எழுதப்பட்டவை நாடோடித் தன்வரலாறுகள். தலித் தன்வரலாறுகளையும் நாடோடித் தன்வரலாறுகளையும் ஒரே தலித்தில் வைத்துப்பார்க்கும் நிலை காணப்படுகிறது. இவை இரண்டும் வெவ்வேறானவை.

இந்திய அளவில் எழுதப்பட்டத் தலித் தன்வரலாறுகளும் நாடோடி தன்வரலாறுகளும் வெவ்வேறு வகையான வாழ்க்கைச் சூழல்களை அடிப்படையாகக் கொண்டவை. கல்வி, வேலைவாய்ப்பு, பொருளாதாரம், சமூகம், சாதி நிலைகளில் ஒடுக்கப்படுகின்ற தலித்துகளின் வாழ்க்கை

முறையோடு கல்வி, வேலைவாய்ப்பு, அலைந்து திரிகிற வாழ்க்கை, பொருளாதாரம் போன்றவற்றில் ஒடுக்கப்பட்டு, சாதி ரீதியாக மட்டுமே தலித்துகளைவிட மேலே இருக்கின்ற நாடோடிகளின் வாழ்க்கையோடு ஒப்பிடப்பட்டுள்ளது. தலித்துகளும் நாடோடிப் பழங்குடிகளும் இந்தியா முழுக்க வாழ்கின்றனர். இத்தகைய இரண்டு சாதிகளின் வாழ்க்கையை தன்வரலாறுகள் ஏந்தி நிற்கின்றன. இந்தத் தன்வரலாறுகளை ஒப்பிடுவதன் வழி, பன்மைத்துவம் கொண்ட இந்தியப் பண்பாட்டுச் சூழலைப் புரிந்துகொள்வதற்கு இந்தக் கட்டுரை அடிப்படையாக அமையும்.

இந்தியாவில் நாடோடித் தன்வரலாறுகள் எழுதப்படுவதற்கு முன்பாகவே, தலித் தன்வரலாறுகள் எழுதப்பட்டுவிட்டன. இந்திய அளவில் தலித் சுயசரிதைக்கு முன்னோடிகளாக இப்போது கிடைக்கும் தகவல்களின் அடிப்படையில் அம்பேத்கரையும் இரட்டைமலை சீனிவாசனையும் கூறலாம். அவர்களது சுயசரிதைகள் சுருக்கமான சில குறிப்புகளாகவே வெளிவந்துள்ளன. இரண்டும் 1939இல் எழுதப்பட்டதாகத் தெரிகிறது. அம்பேத்கரின் சுயசரிதைக் குறிப்புகளில் உள்ள கடைசிக் குறிப்பு 1938ஆம் ஆண்டில் நடந்த சம்பவமொன்றை விவரிப்பதால் அதற்குப் பிறகே அது எழுதப்பட்டிருக்க வேண்டும். இரட்டைமலை சீனிவாசனின் ஜீவிய சரித்திர சுருக்கம் பைன் அண்டு கம்பெனியால் (Pyne & Companies) 1939இல் வெளியிடப்பட்டுள்ளது"[1] இரண்டும் விரிவாக எழுதப்பட்ட சுயசரிதைகள் அல்ல. ஒரு குறிப்பிட்ட காலகட்டத்தில் நிகழ்ந்த நிகழ்வுகளின் சுருக்கமான தொகுப்புகளே. இந்த இரண்டு தன்வரலாறுகளைத் தொடர்ந்து இந்திய அளவில் பல தலித் தன்வரலாறுகள் எழுதப்பட்டுள்ளன.

"மகராஷ்டிராவில் தலித் இயக்கம் அறுபதுகளில் தோற்றப்பெற்றது. 1970களுக்குப் பிறகு, தலித் தன்வரலாறுகள் எழுதப்பட்டன. கி.பி.1975 முதல் 1990க்குள் ஏறக்குறைய ஐம்பது சுயசரிதைகள் எழுதப்பட்டன"[2] ஒரு மொழியில் ஐம்பதிற்கும் மேற்பட்டத் தன்வரலாறுகள் எழுதப்பட வேண்டிய தேவை என்ன? குறிப்பாகத் தலித் தன்வரலாறுகள் என்பவை ஒரு ஒடுக்கப்பட்ட எழுத்தாளனின் வாழ்வோடு மட்டுமே

குறுகிப்போய்விடுவதில்லை. அது ஒரு சமூக அமைப்பின் விரிந்துரையும் சித்தரிப்பின் நீட்சியுமாகும். “இன, மதவெறி, அநீதி, சுரண்டல் மற்றும் இத்தன்மைகளுக்கெல்லாம் ஆளான மக்களின் வாழ்க்கைச் சித்திரமாகும். உன்மை நிலவரங்களின் மீது எந்த போலிப் பூச்சும் வர்ணயையும் இல்லாமல் எழுதப்பட்டது”[3] என்ற அர்ஜுன் டாங்ளே, தலித் தன்வரலாறு குறித்துக் குறிப்பிடும் கருத்து முக்கியமானதாகும். ஏனென்றால், தலித் தன்வரலாறுகள் தலித் அல்லாத தன்வரலாறுகளைப்போலத் தனிமனிதர்களின் வாழ்க்கையை மட்டும் சொல்லிச் செல்லும் நூல்கள் அல்ல. தலித் தன்வரலாறுகள் தனிமனிதர்களின் வாழ்வோடுப் பிணைந்த தலித் சமூக வரலாறாக உள்ளது. அவமானம், சாதித் தீண்டாமை, மதவெறி, சுரண்டல் அவற்றிற்கெதிரான நிலைப்பாட்டினைத் தலித் தன்வரலாறுகள் கூறுகின்றன. அதனால்தான் தலித் தன்வரலாறுகள் தொடர்ந்து எழுதப்பட்டுக் கொண்டிருக்கின்றன.

தலித் தன்வரலாறுகள் எழுதப்பட்ட காலகட்டங்களிலேயே, பொருளாதார ரீதியாகப் பின்தங்கியிருக்கிற நாடோடித் தன் வரலாறுகளும் எழுதப்பட்டன. நாடோடித் தன்வரலாறுகளுக்கும் தலித் தன்வரலாறுகளுக்கும் உடனடியான கவனம் கிடைத்தன. உபாராவை எழுதிய லட்சுமண் மானே தன்னுடைய நூலின் முன்னுரையில் இப்படியாகக் குறிப்பிடுகிறார். “என்னுடைய முழு வாழ்க்கையுமே வியக்கத்தக்க அளவுக்கு மாற்றமடைந்து விட்டது. மராத்தி வாசகர்களிலிருந்து எனக்குக் கிடைத்த அன்பும் பாராட்டும் என்னுடைய கட்டுப்பாடற்ற கனவுகளையே விஞ்சிவிட்டன. வாழ்க்கையில் முட்களைத் தவிர வேறெதையும் அறிந்திராத ஒருவனுக்கு மலர் மாலைகள் அணிவிக்கப்பட்டன”[4] என்று குறிப்பிட்டுள்ளார். மகராஷ்டிரா வாசகர்கள் மட்டும் அல்லாது பிற மொழிகளில் ஏராளமான வாசகர்கள் உபாராவுக்குக் கிடைத்தனர். ‘சாகித்திய அகாதெமி விருது’, போர்டு நிறுவனத்திடமிருந்து இரண்டு லட்ச ரூபாய் நிதியுதவியும் அமெரிக்கப் பயணமும் கிடைத்ததாக லட்சுமண் மானே குறிப்பிட்டுள்ளார். உபாரா வெளிவந்த பிறகு அவரது நூல் பல மொழிகளில் மொழிபெயர்ப்புச் செய்யப்பட்டது. அவருடைய வாழ்க்கையே மாறுகிறது. தலித் தன்வரலாறுகளுக்கு எவ்வளவு முக்கியத்துவம் கிடைத்ததோ அதனைப் போல நாடோடித் தன்வரலாறுகளுக்கும் கவனம் கிடைத்தது. தலித் தன்வரலாறுகள்

நடந்த நிகழ்வுகளை எவ்வாறு வெளிப்படையாகப் பதிவு செய்தனவோ அதனைப்போல, நாடோடி தன்வரலாறுகள் உண்மைகளை அப்படியே சொல்லின. தலித் தன்வரலாறுகளும் நாடோடித் தன்வரலாறுகளும் வெளிப்டையாகப் பேசியதால் அதனை வாசகர்கள் விரும்பி ஏற்றுக்கொண்டனர்.

இந்தியாவில் எழுதப்பட்டத் தலித் தன்வரலாறுகளும் நாடோடிப் பழங்குடித் தன்வரலாறுகளும் வேறு வேறானவை. தலித் வாழ்க்கையை நாடோடிப் பழங்குடித் தன்வரலாறுகள் பேசவில்லை. அதேபோல் நாடோடிப் பழங்குடித் தன்வரலாறுகள் தலித் வாழ்க்கையைப் பேசவில்லை. நிலையாக ஓரிடத்தில் தங்காமல் பல்வேறு ஊர்களுக்குப் பிழைப்புக்காகச் செல்லக்கூடிய நாடோடிகள், சாதி ரீதியாகத் தலித்துகளைவிட உயர்வானவர்கள். பிற்படுத்தப்பட்ட வகுப்பினர். இந்தப் பின்னணியோடு தலித் தன்வரலாறுகளையும் நாடோடிப் பழங்குடித் தன்வரலாறுகளையும் அணுக வேண்டும்.

நாடோடித் தன்வரலாறு நூல்களை ஆங்கிலத்தில் மொழிபெயர்க்கும்போது, தலித் தன்வரலாறுகள் என்ற பெயரில் மொழிபெயர்க்கப்படுகின்றன. "தமிழ் இலக்கியச் சூழலில், உச்சாலியாவை வாசிக்கும் நமக்கு இவ்விஷயம் மிகவும் கவனத்துக்குரியதாக இருக்கிறது. இக்காரணத்தால்தான் உச்சாலியா தலித் படைப்பு என்ற மதிப்பைப் பெறுகிறது"[5] என்று நாடோடிப் பழங்குடிச் சமூகத்தைச் சேர்ந்த லட்சுமண் கெய்க்வாட் எழுதிய உச்சாலியா தன்வரலாற்றை ஆங்கிலத்திலிருந்து தமிழில் மொழிபெயர்த்த எஸ். பாலச்சந்திரன் குறிப்பிட்டுள்ளார். உபாரா, உச்சாலியா, குலாத்தி போன்ற தன்வரலாறுகள் நாடோடிப் பழங்குடித் தன்வரலாறுகள். நாடோடிப் பழங்குடியான லட்சுமண் மானே தன்னுடைய தன்வரலாறு நூலான உபாராவில் தன் நூலைப் பற்றி முன்னுரையில் பின்வருமாறு குறிப்பிடுகிறார். "நாடோடிப் பழங்குடிகளின் பிரச்சினைகளைப் பற்றிய ஒரு சமூக ரீதியான விவாதத்தைத் தொடங்கி வைப்பதற்கு, அதற்கான திசைவழியில் பணியாற்றிக் கொண்டிருப்பவர்களின் முயற்சிகளுக்குத் தூண்டுதல் அளிப்பதற்கு, இந்த நூல் பயன்படுமானால் என்னுடைய எழுத்துக்கள் போதிய பயணளித்ததாக நான் திருப்தியடைவேன்"[6]

என்று தெரிவித்துள்ளார். தன்னுடைய தன்வரலாற்றை நாடோடிப் பழங்குடித் தன்வரலாறு என்றே அவர் அடையாளப்படுத்துகிறார். தலித் தன்வரலாறு என அடையாளப்படுத்தவில்லை. ஆனால், இந்நூலைத் தமிழில் மொழிபெயர்க்கும்பொழுது, தலித் தன்வரலாறு என அடையாளப்படுத்தியுள்ளார். எனவே, தலித் தன்வரலாறுகள் வேறு. நாடோடிப் பழங்குடித் தன்வரலாறுகள் வேறு. உலகளவில் தலித் பிரதிகளுக்கு மிகப்பெரிய வணிகச் சந்தை உண்டு. அதனைப் பயன்படுத்திக் கொள்வதற்காக உபாரா போன்ற நாடோடித் தன்வரலாறுகளைத் தலித் தன்வரலாறுகள் என்று மொழிபெயர்க்கின்றனர். தலித் வாழ்க்கையைப்போல் நாடோடிப் பழங்குடிகளின் வாழ்க்கை இல்லை. இரண்டும் வெவ்வேறு வாழ்க்கை முறைகளைக் கொண்டவை என்ற தெளிவை அந்தப் பிரதிகளே நமக்குத் தந்துள்ளன.

தலித் மக்களின் வாழ்க்கைச் சூழலும் நாடோடிப் பழங்குடியினர் வாழ்க்கைச் சூழலும் வேறு வேறானவை என்றாலும் பொருளாதார ரீதியாகப் பெரிய வேறுபாடுகள் இல்லை. பொதுச் சமூகம் தலித்துகளையும் நாடோடிப் பழங்குடி மக்களையும் ஒரே மாதிரியாகத்தான் நடத்துகிறது. அதில் வேறுபாடு இல்லை. தலித் என்றவுடன் பிராமணியம் கடைபிடித்த தீண்டாமை நினைவுக்கு வருவதில் தப்பில்லை. ஆனால், இடைநிலைச் சாதிகள் பின்பற்றியத் தீண்டாமைகளை மறைத்துவிடுவது நியாயமில்லை. தலித் தன்வரலாறுகளும் நாடோடிப் பழங்குடித் தன்வரலாறுகளும் இடைநிலைச் சாதிகளின் தீண்டாமையைத்தான் விரிவாகப் பேசியுள்ளன.

உபாராவை எழுதிய ‘லட்சுமண் மானே’ உச்சாலியாவை எழுதிய லட்சுமண் கெய்க்வாட், குலாத்தியை எழுதிய கிஷோர்சாந்தாபாய் காலே மூவரும் தங்களை எந்த ஒரு இடத்திலும் தலித் என அடையாளப்படுத்திக்கொள்ளவில்லை. அவர்கள் எழுதிய தன்வரலாறுகளைத் தலித் தன்வரலாறுகள் என அடையாளப்படுதவும் இல்லை. மூவருமே தங்களை மராத்திய எழுத்தாளர்கள் என்றே கூறியுள்ளனர்.

கைக்காடி சாதி பற்றிக் கூறும் உபாரா, உச்சாலியா சாதி பற்றிக் கூறும் உச்சாலியா, குலாத்தி சாதி பற்றிக் கூறும் குலாத்தி போன்ற தன்வரலாறுகள், நாடோடிப் பழங்குடியினரின்

வாழ்க்கையைப் பதிவுசெய்துள்ளன. அவைகள் ஒருபோதும் தலித் வாழ்க்கையைப் பதிவு செய்யவில்லை. பொருளாதார ரீதியாக மட்டுமே, ஒரே மாதிரியான வாழ்க்கை முறையைத் தலித் தன்வரலாறுகளும் நாடோடிப் பழங்குடித் தன்வரலாறுகளும் பதிவுசெய்துள்ளன.

பொருளாதார ரீதியாக இரண்டு பிரிவினரும் ஒரே மாதிரியான வாழ்க்கை முறையை வாழ்கின்றனர். பிச்சையெடுத்தல், எச்சில் உணவைப் பெறுதல், வறுமை, கல்வி மறுக்கப்படுதல் போன்றவை இவர்களிடம் நிரந்தரமாக இருக்கின்றன.

தலித் மக்களின் வாழ்க்கையும் நாடோடிப் பழங்குடியினரின் வாழ்க்கையும் தன்வரலாறுகளும் பல இடங்களிலும் ஒத்துப்போகின்றன. இரண்டு பிரிவினரும் பொருளாதார ரீதியாகப் பின்தங்கியவர்களாக இருக்கின்றனர். அதனால் வறுமை, பசி, பட்டினி போன்றவை இவர்களின் பொது அடையாளங்களாக இருக்கின்றன. இரண்டு குழுக்களுக்குமே கல்வி மறுக்கப்படுகிறது. அதனையும் மீறிப் பள்ளிக் கூடத்திற்குச் சென்றால் இரண்டு பிரிவினருக்கும் மரப்பெஞ்சுகளில் உட்காருவதற்கு அனுமதி இல்லை. அவர்கள் வகுப்பின் கடைசி அல்லது ஓரத்தில் உட்கார வைக்கப்படுகிறார்கள். அல்லது வகுப்பிற்கு வெளியே அமரவைக்கப்படுகிறார்கள். பள்ளி நிர்வாகம், ஆசிரியர்கள், தலித் அல்லாத மாணவர்கள் அனைவரும் ஒன்றிணைந்தே இப்படியான தீண்டாமையைக் பின்பற்றுகின்றனர். நாடோடி இனத்தைச் சேர்ந்த லட்சுமண் மானே தான் பள்ளிக் கூடத்திற்கு வெளியே உட்கார வைக்கப்பட்டது குறித்துக் குறிப்பிடும்போது "என் மீது எனக்குக் கோபமாக இருந்தது. ஆசிரியர் என்னைப் பள்ளியின் உள்ளே உட்கார அனுமதிக்கவில்லை. அப்பாவோ ஆசிரியரைத் திட்டிக் கொண்டே, என்னை உள்ளே அனுப்புவதற்கு முயற்சித்தார். இந்தக் கிராமத்தில் எங்களது சில நாள் தங்கலும் முடிவுக்கு வந்தது. நான் பள்ளிக்கு நாள் தவறாமல் சென்றேன். ஐந்து அல்லது ஆறு நாட்கள் பள்ளிக்குச் சென்று தாழ்வாரத்தில் உட்கார்ந்து கொண்டிருந்தேன்"[7] என்று குறிப்பிட்டுள்ளார். வகுப்பிற்குள் நுழைவற்கு ஆசிரியர் அனுமதிக்காததால் தாழ்வாரத்தில் அமர்ந்திருந்ததாகக் கூறியுள்ளார். இதேபோல்

உச்சாலியா தன்வரலாறில் லட்சுமண் கெய்க்வாட், தான் பள்ளிக்கூடத்திற்கு வெளியே உட்கார வைக்கப்பட்டிருந்தது குறித்துக் குறிப்பிட்டுள்ளார். லட்சுமன் மானேவும் லட்சுமண் கெய்க்வாட்டும் நாடோடிப் பழங்குடியினர். இவர்களைப் போலவே, தலித்துகளையும் வகுப்பறைக்குள் அனுமதிக்காதது குறித்தும் வகுப்பின் கடைசியில் கீழே அமர வைத்ததுக் குறித்தும் சரண்குமார் லிம்பாலே, ஒய்.பி. சத்தியநாராயணா போன்றவர்கள் குறிப்பிட்டுள்ளனர். சரண்குமார் லிம்பாலே குறிப்பிடும்போது, "மார்வாடியின் பங்களாவில் பள்ளிக் கூடம் நடைபெற்ற போதெல்லாம், மஹர் சாதியைச் சேர்ந்த பையன்களாகிய நாங்கள் வெறும் தரையில்தான் உட்கார வேண்டியிருந்தது. அதே சமயத்தில் மற்ற பையன்கள் எல்லாம் உயரமான பலகையின்மீது உட்கார்ந்திருந்தார்கள். வாசற்கதவுக்கு அருகிலிருந்த கூடத்தில் ஆசிரியர் கணிதம் சொல்லிக்கொடுத்துக் கொண்டிருந்தார். நாங்கள் வெளியில் விடப்பட்டிருந்த செருப்புகளுக்கு மத்தியில் உட்கார்ந்திருந்தோம்"[8] என்று கூறியுள்ளார். இதே போன்று வகுப்பறைகளுக்கு வெளியே அமர வைக்கப்பட்ட அனுபவங்களைப் பிற தலித் தன்வரலாறுகளை எழுதியவர்களும் குறிப்பிட்டுள்ளனர்.

பொருளாதார ரீதியாகப் பின்தங்கியிருக்கின்ற நாடோடிப் பழங்குடிகள் அவர்களின் தொழில் காரணமாக இடம்பெயரும் தன்மை கொண்டவர்கள். அவர்களுடைய குழந்தைகளும் இடம்பெயர்ந்துகொண்டே இருப்பதால் அவர்களால் ஒரே பள்ளியில் நிலைத்துப் படிக்க முடியாது. எந்த ஊரில் இடம்பெயர்கிறார்களோ அந்த ஊரில் உள்ள பள்ளியில் அவர்கள் சேர்த்துக்கொள்ளப்பட்டனர். தலித்துகள் நிலையாக ஓரிடத்தில் வாழக் கூடியவர்கள். ஆனால் அவ்வளவு எளிதில் பள்ளிகளில் சேர்ந்துவிட முடியாது. இரண்டு சமூகத்தினரையும் பள்ளிக்குள் நுழைய விடாமல் செய்வதும், நுழையவிட்டாலும் அவர்களைப் பிற மாணவர்களைப் போல நடத்தாததற்கும் தீண்டாமை அடிப்படைக் காரணமாக அமைகின்றது. நாடோடிப் பழங்குடிகள் தலித்துகளைப் போல் இல்லை. அவர்கள் இடைநிலைச் சாதியைச் சேர்ந்தவர்கள். ஆனாலும் அவர்களுக்கான கல்வி உரிமை மறுக்கப்பட்டுள்ளது.

தலித், நாடோடி இரண்டு சாதிகளிடமும் பிற சமூகத்தினர் தீண்டாமையைக் கடைபிடிக்கின்றனர். இரண்டு சாதியினரும் தண்ணீரைத் தொட்டால் தீட்டு, உணவைத் தொட்டால் தீட்டு என்று ஒதுக்கி வைக்கப்படுகின்றனர். தலித்துகளைப் போல் நாடோடிப் பழங்குடியினரும் ஊருக்கு வெளியே வாழ்கின்றனர். நாடோடி சாதியைச் சேர்ந்த உச்சாலியா சாதியினர், தலித்களைப்போல் பொதுக் கிணற்றில் தண்ணீர் எடுக்க உரிமை இல்லை. அவர்கள் குடங்களை ஏந்தி நிற்க, ஆதிக்கச் சாதிப் பெண்கள் இவர்களின் குடங்களைத் தொட்டுவிடாதவாறு தண்ணீரை இரைத்து ஊற்றுவர் என்று லட்சுமண் கெய்க்வாட் கூறியுள்ளார். உச்சாலியா சாதியைப் போலவே, கைக்காடிச் சாதியைச் சேர்ந்த லட்சுமண் மானே தான் அனுபவித்தத் தண்ணீர்த் தீட்டுக் குறித்துக் குறிப்பிட்டுள்ளார்.

திருமண நிகழ்ச்சியில் இசை வாசிப்பதற்காக, லட்சுமண் மானே அவருடைய தந்தையோடு செல்கிறார். அதிக நேரம் தப்பட்டை இசைக் கருவியை வாசித்ததால் அவருக்குத் தண்ணீர்த் தாகம் எடுக்கிறது. பலரிடமும் குடிப்பதற்காகத் தண்ணீர் கேட்கிறார். யாரும் தருவதாக இல்லை. அப்பொழுது உயரமான இடத்தின் மேல் நின்று கொண்டு ஒருவர் தண்ணீரை இவர் குடிப்பதற்காக ஊற்றுகிறார். அருகில் தண்ணீர்த் தொட்டி இருப்பதை லட்சுமண் மானே கவனிக்கவில்லை. லட்சுமண் மானேயின் கை தெரியாமல் அத்தொட்டியைத் தொட்டுவிடுகிறது. அந்த வீட்டுக்காரர் தண்ணீர்த் தீட்டுப் பட்டுவிட்டது எனக் கூறித் திட்டுகிறார். "அடேய் தண்ணிய நாசம் பண்ணீட்டியே! பாழாப்போனவனே! அடப் பொணமே, இப்ப நாங்க எதக் குடிக்கிறது என்று திட்டினார். அவ்வளவுதான். இந்தச் செய்தி நெருப்பைப் போல எங்கும் பரவியது. கச்சேரி வாசிக்க வந்தவர்களில் ஒரு பயல் தண்ணீரைத் தீட்டாக்கி விட்டான்! மாப்பிள்ளையின் அப்பா தொட்டியைக் கவிழ்த்து தண்ணீரைக் காலி செய்துவிட்டு, புதிதாகத் தண்ணீர் கொண்டு வரும்படி மாட்டுவண்டியுடன் ஆளனுப்பினார்"[9] என்று லட்சுமன் மானே தனக்கு ஏற்பட்ட அனுபவத்தைக் கூறியுள்ளார். லட்சுமன் மானே தீண்டத்தகாத சாதியைச் சேர்ந்தவர் இல்லை. அவர் நாடோடி இனத்தைச் சேர்ந்தவர் என்பதால் இந்தத் தீட்டு கடைபிடிக்கப்படுகிறது. தலித்துகள் தொட்டால், தண்ணீர்த்

தீட்டாகிவிடும் என எவ்வாறு நம்பப்படுகிறதோ, அதேபோல் நாடோடிப் பழங்குடிகள் தொட்டாலும் தண்ணீர்த் தீட்டாகிவிடும் என ஆதிக்கச் சாதியினர் நம்புகின்றனர். அதனால் நாடோடிகளைத் தண்ணீரைத் தொட அனுமதிப்பதில்லை. இவ்விடத்தில் ஒன்றைத் தெளிவுப்படுத்திக்கொள்ள வேண்டும். தலித்துகளிடமும் நாடோடிகளிடமும் தீண்டாமை கடைப்பிடிக்கப்படுவதால் இரு சமூகமும் ஒன்று அல்ல. தலித்துகளிடம் பின்பற்றப்படும் தீண்டாமை சாதி அடிப்படையிலானது.

நாடோடிப் பழங்குடிகளிடம் பின்பற்றப்படும் தீண்டாமை பொருளாதார அடிப்படையிலானது. தலித்துகளிடம் பின்பற்றப்படும் தீண்டாமை சமூகம் சார்ந்தது. நாடோடிப் பழங்குடிகளிடம் தண்ணீர்த் தீட்டு கடைபிடிக்கப்படுவதுபோல், தலித்துகளிடமும் தண்ணீர்த் தீட்டு கடைப்பிடிக்கப்படுகிறது. தலித்துகளிடம் தண்ணீர்த் தீட்டு கடைப்பிடிக்கப்பட்டது குறித்து, கே.ஏ. குணசேகரன், ஒய்.பி.சத்திய நாராயணா, பேபி காம்ப்ளி, பேபி ஹால்தார், வசந்த் மூன், ஓம்பிரகாஷ் வால்மீகி போன்றவர்கள் குறிப்பிட்டுள்ளனர்.

தலித்துகள் ஆதிக்கச் சாதியினருடன் சமமாக உட்கார்ந்து உணவு சாப்பிடுவதற்கு எவ்வாறு அனுமதி மறுக்கப்படுகிறதோ, அதனைப் போலவே நாடோடிப் பழங்குடிகளும் பந்தியில் அமர்ந்து சாப்பிட அனுமதி இல்லை. இந்த உணவுத் தீண்டாமை குறித்து நாடோடித் தன்வரலாறுகள் அதிகமாகவே பதிவு செய்துள்ளன. மற்றவர்களோடு பந்தியில் அமர்ந்து சாப்பிடுவதற்கு நாடோடிப் பழங்குடியினருக்கு அனுமதி இல்லை. திருமண நிகழ்வுகளில் இசை வாசிப்பதற்காகச் செல்லக் கூடிய லட்சுமண் மானே நாடோடிச் சாதியைச் சேர்ந்தவர் என்பதால் பந்தி முடிந்தபிறகு, இவர்களைத் தனியாக அமர வைத்து, பலா இலையில் சோறு பரிமாறப்படும். அப்போது டீ வாங்கிக் கொள்வதற்காக ஒரு கலயத்தைக் கூடவே இவர்கள் எடுத்துச் செல்ல வேண்டும் என்று கூறியுள்ளார். இசை வாசிப்பதற்காகச் சென்றாலும் பிற சாதியினர் அமர்ந்து உணவு உண்ணும்போது, இவர்கள் கைக்காடிச் சாதியைச் சேர்ந்தவர்கள் என்பதால் ஆதிக்கச் சாதியினரோடு அமர்ந்து சாப்பிட்டால்

தீட்டாகிவிடும். அதனால் கைக்காடிச் சாதியினருக்குத் தனியாக உணவு வழங்கப்பட்டதாகக் குறிப்பிடப்பட்டுள்ளது.

பள்ளி நண்பன் வீட்டுத் திருமணத்திற்கு லட்சுமண் மானே செல்கிறார். திருமணம் வேறு ஊரில் நடைபெறுவதால், தைரியமாகப் பந்தியில் அமர்ந்து சாப்பிடத் தொடங்குகிறார். அவருடைய ஊரைச் சேர்ந்த ஆதிக்கச் சாதிக்காரர் பரிமாறுவதற்காக வருகிறார். பந்தியில் லட்சமண் மானே அமர்ந்திருப்பதைப் பாரத்தவுடன் "கைக்காடி சாதிப் பயலே! உனக்குப் புத்திக் கெட்டுப் போச்சா? எந்திரிச்சு ஓடுறா"[10] என்று கத்துகிறார். பொதுவெளியில் அவமானப்பட்ட அவர் சாப்பிடுவதைப் பாதியிலேயே நிறுத்திவிட்டு எழுந்திருக்கிறார். இதற்குப் பிறகு தனது கிராமத்திற்குச் செல்ல வேண்டுமா என நினைக்கிறார். தன்னுடைய சொந்தக் கிராமத்திற்குச் சென்றால் தன்னைக் கொன்று விடுவார்கள் என அச்சம் கொள்கிறார். ஆதிக்கச் சாதியினர் பலரும் லட்சுமண் மானேயின் வீட்டிற்குள் நுழைந்து, இனிமேல் இப்படி நடந்துக்கொண்டால் விளைவுகள் வேறு மாதிரி இருக்கும் என மிரட்டிச் செல்கின்றனர். பிற்படுத்தப்பட்ட வகுப்பைச் சேர்ந்த லட்சுமண் மானேவுக்கே இந்த நிலை என்றால் தலித்துகளின் நிலையை விவரிக்கத் தேவையில்லை.

பந்தியில் பிற சாதியினரோடு, தலித்துகள் அமர்ந்து சாப்பிடுவதற்கு உரிமை இல்லை. இது குறித்து அரவிந்த மாளகத்தி முதலிய பல தலித் எழுத்தாளர்கள் கூறியுள்ளனர். தலித்துகள் சாப்பிடுவதற்கு என்றே தனியான பந்தி ஏற்பாடு செய்யப்பட்டிருந்ததாக அரவிந்த் மாளகத்தி கூறியுள்ளார். மேலும், பந்தியில் சாப்பிட்ட தலித்துகள் மீண்டும் சாப்பிட வந்துவிடக் கூடாது என்பதற்காக வண்ணக் கலவையில் கை கழுவ வேண்டும் என்ற நடைமுறை இருந்ததாகப் பதிவு செய்துள்ளார்.

தலித்துகள் பொதுப் பந்தியில் சாப்பிடுவதற்கு அனுமதி இல்லை. பந்தியில் மீதமான உணவு இருந்தால் அந்த உணவுகளை ஒரு கூடையில் போட்டுக் கொடுப்பார்கள். அதனைத் தலித்துகள் பிரித்துகொள்ளக் கூடிய ஒரு நடைமுறை இருந்ததாகப் பேபி காம்ப்ளி கூறியுள்ளார். இப்படியாகத் தீண்டாமைகள்

கடைபிடிக்கப்பட்ட நிகழ்வுகளைத் தலித் தன்வரலாறுகளும் நாடோடித் தன்வரலாறுகளும் மிக விரிவாகவே கூறியுள்ளன.

தலித்துகளின் வாழ்க்கையும் நாடோடிப் பழங்குடிகளின் வாழ்க்கையும் பெரும்பாலும் பொருளாதார ரீதியாக ஒன்றுபட்டுக் காணப்படுகின்றன. இரு சமூகங்களுமே தீண்டாமைக்கு உள்ளாக்கப்படுகின்றன என்றாலும் தலித்துகள் எதிர்கொள்கிற நெருக்கடிகளை நாடோடிப் பழங்குடிகள் எதிர்கொள்வதில்லை.

நாடோடிப் பழங்குடியினர் சாதி இறுக்கம் கொண்டவர்களாகவும் சாதிக்கு முக்கியத்துவம் கொடுப்பவர்களாகவும் தன்வரலாறுகளில் காணப்படுகின்றன. உச்சாலியா, குலாத்தி, கைக்காடிச் சாதியைச் சேர்ந்தவர்கள் சாதிக்கு அதிகமான முக்கியத்தவம் கொடுக்கின்றனர். சாதிக்கட்டுப்பாடுகளை மீறக்கூடியவர்களைச் சாதி விலக்கம் செய்கின்றனர். சாதி விலக்கம் செய்யப்படுவது குறித்து நாடேடிப் பழங்குடித் தன்வரலாறுகள் விரிவாகவே பதிவு செய்துள்ளன. சாதி விலக்கம் எங்கு காணப்படுகின்றனவோ அங்கே சாதி இறுக்கம் இருக்கும்.

நாடோடிப் பழங்குடியினரிடம் காணப்படக்கூடிய சாதிய இறுக்கத்தைப் போல, தலித்துகளிடம் காணமுடியவில்லை. பெரும்பாலும் சாதி விலக்கம் நடத்தை மீறியதற்காகவும் சாதி விதிகளை மீறியதற்காகவும் செய்யப்படுகிறது. உபாரா தன்வரலாறில் சாதி விலக்கம் செய்யப்பட்ட ஒரு பெண்ணின் துயரமிகு வாழ்க்கை சொல்லப்பட்டுள்ளது. கைக்காடிச் சாதியைச் சேர்ந்த அந்தப் பெண் நடத்தை தவறுகிறாள். அதற்காக அவளைக் கைக்காடிச் சாதியிலிருந்து ஒதுக்கி வைக்கின்றனர். அவளோடு யாரும் பேசக்கூடாது. நல்லது கெட்டதுகளில் கலந்து கொள்ளக்கூடாது. இப்படியான கட்டுப்பாடுகளால் அவள் மனநிலை பாதிக்கப்படுகிறாள். இது குறித்து லட்சுமண் மானே குறிப்பிடும்போது, “கைக்காடிகளின் வீடுகள் அனைத்தும் ஒன்றாக இருந்தன. ஆனால், காஜ்ராவின் வீடு மட்டும் தனியாக இருந்தது. அவளுடைய வீட்டில் மரணம் நிகழ்ந்தால்கூட விசாரிப்பதற்கு யாரும் செல்ல மாட்டார்கள். அவளுடைய மகன்கள் இளமையும் வலிமையும் மிக்கவர்களாக இருந்தார்கள். ஆனால், அவர்களுடைய சாதி விலக்கம் அவர்களை

அனாதைகளாக்கிவிட்டது. அவர்களுடைய அம்மாவின் கீழான நடத்தையைப் பற்றி அவர்களுக்கு நன்றாகவே தெரிந்திருந்தது. ஆனால், அவர்களுடைய தந்தை இறந்தபிறகு அவர்களை அவள்தான் வளர்த்தாள். இவர்களே, அவளிடமிருந்து விலகிச் சென்று வாழ விரும்பினார்கள். ஆனால், "சமூகத்தின் மீது அவர்களுக்கு இருந்த பயம் அவர்களை எதுவும் செய்ய விடவில்லை"[11] இது போன்ற சாதி விலக்கம் நடந்த பல்வேறு நிகழ்வுகளை லட்சுமண் மானே அவருடைய உபாரா தன் வரலாறில் பதிவு செய்துள்ளார்.

சாதி இறுக்கம் இருந்தால் மட்டுமே சாதி விலக்கம் சாத்தியமாகும். சாதி விலக்கங்கள் கடைப்பிடிக்கப்பட்டு இருந்ததை நாடோடித் தன்வரலாறுகள் பல இடங்களில் சுட்டிக் காட்டியுள்ளன. அதேபோல் ஒவ்வொரு ஊராகச் சென்று நடனமாடிப் பிழைப்பு நடத்துகின்ற குலாத்தி சாதிப் பெண்கள் அவர்களைவிட உயர்ந்த சாதியாக உள்ள பட்டேல் ஆண்களைத் திருமணம் செய்து கொள்கின்றனர். ஆனால், மஹர் சாதியைச் சேர்ந்த ஆண்களைத் திருமணம் செய்து கொள்வது இல்லை. ஏனென்றால் மஹர் சாதியினர், சாதியால் தாழ்ந்தவர்கள். குலாத்தியினர் பிற்படுத்தப்பட்ட சாதியினர். மஹர் சாதியைச் சேர்ந்த ஆண்களைக் குலாத்தி சாதியைச் சேர்ந்த பெண்கள் திருமணம் செய்து கொள்வது தீண்டாமைக் குற்றம். மஹர் சாதியைச் சேர்ந்தவர்களைச் சாதியை மீறித் திருமணம் செய்து கொண்டால் சாதியிலிருந்து விலக்கி வைக்கின்றனர். இது குறித்துக் கிஷோர் சாந்தாபாய் காலே மிக விரிவாகவே அவருடைய தன்வரலாறில் பதிவு செய்துள்ளார்.

குலாத்திப் பெண் மஹர் சாதியைச் சேர்ந்தவரையோ அல்லது இசுலாமியரையோ மணந்துகொள்வது மாபெரும் குற்றமாகப் பார்க்கப்பட்டது. குலாத்திப் பெண்கள் நடனம் ஆடுகின்றபோது மஹர், முஸ்லீம் பணம் தந்தால் வாங்கிக் கொள்ளலாம். ஆனால், அவர்களை மணந்து கொள்ளக் கூடாது. முஸ்லீம்களும், தலித்துகளும் தீட்டுக்குரியவர்கள். அவர்கள் கொடுக்கும் பணம் தீட்டு அல்ல. குலாத்திப் பெண்கள் மஹர் சாதியைச் சேர்ந்தவரைத் திருமணம் செய்துகொண்டால் அவர்கள் ஊருக்குள் நுழைய அனுமதிப்பதில்லை. மன்னித்து ஏற்றுக்கொள்வதும்

இல்லை. குலாத்தி சாதியினர் பிற்படுத்தப்பட்ட சாதியைச் சேர்ந்தவர்கள் என்பதைக் கிஷோர் சாந்தாபாய் காலே ஓரிடத்தில் குறிப்பிட்டுள்ளார். இவர்கள் பிற்படுத்தப்பட்டவர்கள். ஆனால், நாடோடி வாழ்க்கை வாழக் கூடியவர்கள். குலாத்தி சாதியினர் சாதி இறுக்கம் கொண்டவர்களாக இருப்பதனால் சாதி விலக்கம் அதிகமாகக் கடைப்பிடிக்கின்றனர்.

கைக்காடி, குலாத்தி, உச்சாலியா போன்ற நாடோடிப் பழங்குடிச் சாதியினர், மஹர் போன்ற தாழ்ந்த சாதியினரைத் திருமணம் செய்து கொண்டால் அவர்களைச் சாதியிலிருந்து விலக்கி வைக்கின்றனர். சாதி விலக்கம் செய்யப்பட்டவர்களோடு அவர்களுடைய சாதியினர் யாரும் பேசுதல், பழகுதல், உறவு வைத்துக் கொள்ளுதல் கூடாது. மஹர் போன்ற தாழ்ந்த சாதியினரைத் திருமணம் செய்துகொண்டால் மட்டுமே இத்தகைய சாதி விலக்கம். உயர் சாதியினரைத் திருமணம் செய்து கொண்டால் சாதி விலக்கம் கிடையாது. இந்த நடைமுறையைக் கைக்காடி, குலாத்தி, சாதியினர் பின்பற்றுகின்றனர்.

மற்றொரு நாடோடிப் பழங்குடிச் சாதியினரான உச்சாலியா சாதியினர் கைக்காடி, குலாத்தி சாதியினரிடமிருந்து வேறுபடுகின்றனர். உச்சாலியா சாதியினர் தம் சாதியினரைத் தவிர்த்து, வேறு எந்தச் சாதியினரைத் திருமணம் செய்து கொண்டாலும் சாதியிலிருந்து விலக்கப்படுகின்றனர். உச்சாலியா சாதியைச் சேர்ந்த லட்சுமண் கெய்க்வாட், மராத்தி சாதிப் பெண்ணைத் திருமணம் செய்துகொள்கிறார். மராத்தி சாதி உச்சாலியா சாதியைவிட உயர்வானது என்றாலும் லட்சுமண் மானே சாதி விலக்கம் செய்யப்படுகிறார். ஆனால், சாதியில் மீண்டும் சேர்த்துக் கொள்வதற்குச் சில சடங்குகளைச் செய்து, மீண்டும் சேர்த்துக் கொள்ளப்படுகிறார். உயர் சாதியைச் சேர்ந்த பெண்ணைத் திருமணம் செய்து கொண்டதால் லட்சுமண் மானே மீண்டும் சாதியில் சேர்த்துக் கொள்ளப்படுகிறார். மஹர் போன்ற தலித்துகளைத் திருமணம் செய்து கொண்டால் சாதியில் மீண்டும் சேர முடியாது. கைக்காடி, குலாத்திப் போன்ற நாடோடிப் பழங்குடிச் சாதியினர் உயர்ந்த சாதியில் திருமணம் செய்து கொண்டால் ஏற்றுக்கொள்கிறார்கள். உச்சாலியா சாதியினர் உயர் சாதியினரைத் திருமணம் செய்துகொண்டால்

சாதி விலக்கம் செய்யப்படுவர். ஆனால், சடங்குகள் செய்த பின்பு சாதியில் சேர்த்துக்கொள்ளப்படுகின்றனர். கைக்காடி, குலாத்திப் போன்ற பழங்குடிச் சாதியிலிருந்து உச்சாலியா சாதியினர் வேறுபடும் இடமாகும். அந்த மூன்று சாதியினரும் தலித் சாதியினரைத் திருமணம் செய்துகொள்ள விரும்புவதில்லை. அப்படியே திருமணம் செய்து கொண்டாலும் சாதி விலக்கம் செய்யப்படுகின்றனர். மீண்டும் சாதியில் சேர்த்துக்கொள்ள சடங்குகளோ பிற எதுவும் நிகழ்வதில்லை என்பது கவனிக்கத்தக்கது. இந்த மூன்று நாடோடிப் பழங்குடிச் சாதியினரும் மஹர் போன்ற தாழ்ந்த சாதியினரைவிட உயர்வானவர்கள் என்பதை இந்தத் தன்வரலாறுகளின் வழியாகவே அறியமுடிகிறது. தலித்துகள் வேறு, நாடோடிப் பழங்குடிகள் வேறு என்பதை இதன்வழி அறியமுடிகிறது.

நாடோடிப் பழங்குடிகள் போலத் தலித்துகளிடம் சாதி இறுக்கம் இல்லை. தலித்துகள் அவர்களைவிடத் தாழ்ந்தவர்களைத் திருமணம் செய்து கொண்டதால் சாதி விலக்கம் செய்யப்பட்டதாகத் தலித் தன்வரலாறுகளில் பதிவுகள் எதுவும் இல்லை. அதேபோல் ஆதிக்கச் சாதியினரைத் திருமணம் செய்து கொண்டதாகவும் பதிவுகள் இல்லை.

உச்சாலியா சாதியைச் சேர்ந்தவர்கள் அம்மிக் கொத்துவதற்காக மராத்தியர்களின் வீடுகளுக்குள் செல்கின்றனர். மராத்தியர்கள் வாழ்கின்ற தெருவிற்குள் செல்கின்றார்கள். ஆனால், தலித்துகள் மராத்தியர்களின் தெருக்களிலோ வீடுகளுக்குள்ளோ செல்வதற்கு அனுமதி இல்லை.

அதேபோல் நாடோடிப் பழங்குடிகள் ஆதிக்கச் சாதியினரை நேருக்கு நேராக எதிர்கொள்கின்றனர். ஆனால், தலித்துகள் ஆதிக்கச் சாதியினரைப் பார்த்தால் ஒதுங்கிக்கொள்ள வேண்டும். அப்படி ஒதுங்கி நிற்காமல் இருந்தால் ஆதிக்கச் சாதியினரின் கோபத்திற்கு ஆளாக நேரிடும். புதிதாகத் திருமணமான பெண், கணவன் ஊரில் இத்தகைய நடைமுறைகள் இருப்பதை அறியாமல் நடந்துகொண்டதால் ஆதிக்கச் சாதியினரின் கோபத்திற்கு ஆளாகிறாள். அவளுக்கு மஹர் சாதியைச் சேர்ந்த பெண் அறிவுரை கூறுகிறாள். உன்னைப் பெற்றவர்கள் என்ன நாடோடிச் சாதியினரா? அவர்களுடைய கிராமத்தில் உள்ள

முதலாளிகள் எதிரில் வரும்போது, அவர்களைப் பணிந்து வணங்க வேண்டும் என்பது அவர்களுக்குத் தெரியாதா?[12] என்று கேட்கிறாள். இவ்விடத்தில் நாடோடிகள் ஆதிக்கச் சாதியினரைப் பார்த்துப் பயந்ததாகக் குறிப்புகள் இல்லை. ஏனென்றால் நாடோடிகள் பிற்படுத்தப்பட்ட வகுப்பினர். ஆதிக்கச் சாதியினரின் எதிரே வந்ததற்காக மிரட்டப்பட்ட நிகழ்வுகளை கே.ஏ.குணசேகரன் முதலான தலித் தன்வரலாறுகளை எழுதியோர் பதிவுசெய்துள்ளனர்.

இந்தக் கட்டுரையின் வழியாகச் சில ஆய்வு முடிவுகள் தரப்படுகின்றன.

- தலித் தன்வரலாறுகள் வேறு. நாடோடித் தன்வரலாறுகள் வேறு.
- நாடோடிப் பழங்குடிகள் ஓரிடத்தில் நிலையாகத் தங்காமல் வெவ்வேறு பகுதிகளுக்கு அலைந்து திரியக்கூடியவர்கள்.
- தலித்துகள் ஓரிடத்தில் நிலையாகத் தங்கி வாழக்கூடியவர்கள்.
- தலித்துகளின் வாழ்க்கை முறையும் நாடோடிப் பழங்குடிகளின் வாழ்க்கை முறையும் கல்வி, வேலைவாய்ப்பு, பொருளாதாரம், வறுமை, சுகாதாரம், வாழ்க்கை முறை போன்றவற்றில் பெரும்பாலும் ஒத்துக் காணப்படுகின்றன.
- தலித்துகள் தலித் சமூக வாழ்க்கையைப் பிரதிபலிக்கின்றனர்.
- நாடோடிப் பழங்குடிகள் பிற்படுத்தப்பட்ட சமூக வாழ்க்கையைப் பிரதிப்பலிக்கின்றனர்.
- நாடோடித் தன்வரலாறுகளைத் தலித் தன்வரலாறுகள் என்று அதனை எழுதியவர்கள் எந்த இடத்திலும் அடையாளப்படுத்தவில்லை. அதனை மொழிபெயர்ப்புச் செய்தவர்கள் தலித் தன்வரலாறுகள் என்ற அடையாளத்தோடு மொழிபெயர்த்துள்ளனர். (உச்சாலியா பழிக்கப்பட்டவன் மராத்தி தலித் சுயசரிதை என்று தமிழில் மொழிபெயர்க்கப்பட்டு அடையாளப்படுத்தப்பட்டுள்ளது).

- தலித்துகளும் நாடோடிச் சாதியினரும் பொருளாதார ரீதியாக ஒரே மாதிரியான வாழ்க்கையை வாழ்கின்றனர்.
- சாதி ரீதியாகத் தலித்துகளைவிட நாடோடிச் சாதியினர் உயர்ந்தவர்களாக வாழ்கின்றனர்.
- உச்சாலியா, குலாத்தி, உபாரா போன்றத் தன்வரலாறுகள் நாடோடிச் சாதிகளைச் சேர்ந்த தன்வரலாறுகள். இவைகள் தலித் தன்வரலாறுகள் அல்ல.
- தலித் வாழ்க்கையை விட மேம்பட்ட ஒரு வாழ்க்கையை இவர்கள் வாழ்கிறார்கள் என்பதை இந்தத் தன் வரலாறுகளின் வழியாகக் காணமுடிகின்றது. மேலும், பிற மொழிகளில் எழுதப்படுகின்ற தன் வரலாறுகளை உள்ளதை உள்ளவாறு மொழிபெயர்ப்பதும் அதன் உண்மைத் தன்மைகளை மறைக்காமல் இருப்பதும் அந்த இலக்கியங்களுக்கு நாம் காட்டும் அக்கறையாகும்.

குறிப்புகள்

1. கே.ஏ. குணசேகரன், வடு, முன்னுரை, பக். 13-14
2. அ. பிச்சை, இந்திய ஒப்பிலக்கியம், ஜூலை, 2005:2
3. அர்ஜுன் டாங்ளே, தலித் இலக்கியம் போக்கும் வரலாறும், ப.56
4. எஸ். பாலச்சந்திரன் (தமிழில்), உபாரா, ப.VI
5. எஸ். பாலச்சந்திரன் (தமிழில்), உச்சாலியா., பழிக்கப்பட்டவன், ப.V
6. எஸ். பாலச்சந்திரன் (தமிழில்), உபாரா, ப.V
7. மேலது, ப.33
8. எஸ். பாலச்சந்திரன் (தமிழில்), அனார்யா, ப.8
9. எஸ். பாலச்சந்திரன் (தமிழில்), உபாரா, ப.149
10. மேலது, ப.140
11. மேலது, ப.133
12. மு.புகழேந்தி (தமிழில்) சுதந்திரக்காற்று, ப.84

6
இந்தியத் தன்வரலாறுகளில் நுண்குறிப்புகள்

இந்திய மொழிகளில் எழுதப்படுகின்ற தன்வரலாறுகளுக்கு வரவேற்பும் தனித்துவமான வாசகர் வட்டமும் இருப்பதால் தன்வரலாறுகள் தொடர்ந்து வெளிவந்து கொண்டிருக்கின்றன. இத்தகையத் தன்வரலாறுகள் வெவ்வேறு சூழல்கள், பண்பாடுகள், வாழ்க்கை முறைகள், பழக்கவழக்கங்கள், நம்பிக்கைகள், மொழிகள் போன்றவற்றால் வேறுபட்டுள்ளன.

புனைவற்றத் தன்மையில், வாழ்க்கையில் நடந்த நிகழ்வுகளை உள்ளதை உள்ளவாறு கூறிய விதத்தில் இத்தகைய தன்வரலாறுகள் வாசகர்களை வெகுவாகக் கவர்ந்துள்ளன. இந்திய அளவில் 80களுக்குப் பிறகு எழுதப்பட்டத் தன்வரலாறுகள் பல நுண் குறிப்புகளை வெளிப்படுத்தியுள்ளன. அவைகள் சடங்குகளாகவும் பண்பாட்டுப் பொருண்மைகளாகவும், நம்பிக்கைகளாகவும் பதிவாகியுள்ளன. இந்த நுண் குறிப்புகள் பண்பாட்டு நோக்கத்திலும் ஒப்பீட்டு நோக்கிலும் உளவியல் நோக்கிலும் ஆராய வேண்டும். இந்தக் கோட்பாடுகளின் அடிப்படையில் இந்தியத் தன்வரலாறுகள் அணுகப்படும்போது, இந்தியத் தன்வரலாறுகளின் வழி இந்தியப் பன்மைத் தன்மைகளைப் புரிந்துகொள்ள முடியும்.

இந்திய அளவிலும் தமிழிலும் ஏராளமான தன்வரலாற்று நூல்கள் எழுதப்பட்டுள்ளன. இத்தன்வரலாறுகளில் பல நுண் குறிப்புகள் இடம்பெற்றுள்ளன.

இந்தியத் தன்வரலாறுகளில் நம்பிக்கை சார்ந்த நுண்குறிப்புகள் ஏராளமாய் இடம்பெற்றள்ளன. உச்சாலியா

தன்வரலாற்றில், திருட்டுக்குச் செல்வதற்குமுன் திருட்டு நன்றாக நடக்க வேண்டும் என்பதற்காக சேவலைப் பலி கொடுக்கின்றனர். அப்படிப் பலிகொடுத்துவிட்டுச் சென்றால், திருட்டு எந்தவிதச் சிக்கலும் இல்லாமல் நடக்கும். திருட்டில் ஏராளமான பொருட்களும் நகைகளும் கிடைக்கும் என்ற நம்பிக்கை இடம்பெற்றுள்ளது. என் தாத்தாவோ பாட்டியோ அல்லது எங்கள் குடும்பத்தைச் சேர்ந்த வேறு யாராவதோ திருடுவதற்காக வெளியே கிளம்பினால், அவர்கள் ஒரு சேவலை வாங்கி அதை பிளேடுக்கு பலிகொடுத்து அதன் இரத்தத் துளிகளை பிளேடின் மீதும் அனுமதிச் சீட்டின் மீதும் தெளித்து, கடவுளே எங்க காரியம் ஜெயமாகனும், போலீசு கையில சிக்காம நாங்க திருட்ட நல்லபடியா முடிக்கனும் என்று வேண்டி வழிபடுவார்கள்.[1] திருட்டுத் தொழிலுக்கு அடிப்படையான பிளேடை வைத்தே சேவலை அறுக்கின்றனர். பிளேடு தான் அவர்களின் முதன்மைக் கருவி. அதற்கு இரத்தப்பலி கொடுத்துவிட்டு உச்சாலியா சாதியினர் திருடச் சொல்கின்றனர். உச்சாலியா சாதியைச் சேர்ந்தவர்கள் அவர்கள் கிராமத்திலிருந்து வேறு ஊர்களுக்குச் செல்வதற்குக் காவல் துறையினரிடம் அனுமதிபெற வேண்டும். ஏனென்றால், அவர்கள் குற்றப் பரம்பரையைச் சேர்ந்தவர்கள். அனுமதிச் சீட்டுப் பெறவேண்டும். சேவல் ரத்தத்தை அனுமதிச் சீட்டின் மீதும் பிளேடுகளின் மீதும் தெளித்து வழிபடுகின்றனர். இரத்தப்பலி கொடுப்பதற்குச் சேவலை இந்தியா முழுக்கப் பயன்படுத்துவதனைப் பார்க்க முடிகின்றது. சேவல் வெற்றியின் குறியீடாகவும் ஆண்மையின் அடையாளமாகவும் இருப்பதால் திருடச் செல்லும்முன் சேவலைப் பலிகொடுக்கின்றனர்.

உச்சாலியா சாதியினர் திருட்டுத் தொழிலுக்குச் செல்லாதபோது, வேட்டையாடச் செல்கின்றனர். அப்போது பிற விலங்குகளை வேட்டையாடுவதற்கு முன்பாக அணிலை வேட்டையாடுகின்றனர். கண்ணியை விரலில் சுற்றிக் கண்டாக மாற்றி அதைச் சட்டைப் பைக்குள் வைத்துக்கொள்வதற்கு முன்பாக, வேட்டைக்கான பயணத்தில் அணில்களே முதல் வேட்டைப் பொருள்களாக இருந்தால் நல்ல சகுணம் என்று அவற்றைக் குனிந்து வணங்குவார்.[2] வேட்டைக்கு முன் வேட்டையாடப்படுவது அணில்கள்தான். அணில்களை

வேட்டையாடினால் அன்றைய வேட்டையில் அதிகமாகக் கிடைக்கும் என்ற நம்பிக்கையை உச்சாலியா சாதியினரிடம் காணமுடிகிறது. தமிழ்நாட்டில் வாழக்கூடிய நரிக்குறவ மக்கள் அணில்களை வேட்டையாடி உண்பதனை இதனோடு இணைத்துக் காண வேண்டிய தேவை உள்ளது. உச்சாலியா இனத்தவர்களும் நரிக்குரவ இனத்தவர்களும் நாடோடிகளாக உள்ளனர் என்பது கவனிக்கத்தக்கது.

பறவைகள் பற்றிய நம்பிக்கைகள் இந்தியா முழுமைக்கும் காணப்படுகின்றன. சகுணங்கள் பற்றிய தொன்மங்கள் தொன்று தொட்டு இருக்கின்றன. காக்கை கத்தினால் விருந்தினர் வருவர், ஆந்தை அலரக் கூடாது போன்றப் பல நம்பிக்கைகள் நம்மிடையே உண்டு. அனார்யா தன்வரலாற்றில், சரண்குமார் லிம்பாவே கொக்குப் பற்றிய நம்பிக்கையொன்றைப் பதிவு செய்துள்ளார். மூன்று நாட்களுக்குப் பிறகு, காம்ப்ளே இறந்துவிட்டார் என்று செய்தி வந்தது. அதற்கு முந்தைய நாளன்றுதான் எங்கள் வீட்டிற்கு மேல் பறந்து சென்றக் கொக்கு கத்தியதை நாங்கள் கேட்டோம். அது கெட்ட சகுணம் என்று கருதப்பட்டது. அது உண்மை என்று இப்போது தோன்றியது.[3] கொக்கு வீட்டிற்கு மேலே பறக்கலாம் ஆனால், கத்தக்கூடாது. கத்துவது கெட்ட சகுணமாகப் பார்க்கப்படுகிறது. மேலும், இறந்தவர்கள் அடுத்து எந்தப் பிறவியாக பிறப்பார்கள் என்றும் அவர்கள் கணிக்கின்றனர். ஈமச் சடங்குகள் அனைத்தும் முடிந்த பிறகு, முன்பு சவம் வைக்கப்பட்டிருந்த இடத்தில் எரிந்து கொண்டிருந்த விளக்கிற்குக் கீழ் இருந்த மாவில் பசுமாட்டின் குளம்புகளின் சுவடு தெரிந்ததாம். எனவே, அவர் பசுமாடாக மீண்டும் பிறந்துவிட்டார் என்று அவர்கள் கூறினார்கள்4. இப்படியான நம்பிக்கை தலித் மஹர்களிடம் இருந்ததாக சரண்குமார் லிம்பாலே பதிவு செய்துள்ளார்.

மூத்த மகனைச் சாமியாகப் பார்க்கப்படும் சூழல் மஹர்களிடம் இருப்பது போலவே, பெண் குழந்தைகளைச் சாமிக்கு நேர்ந்துவிடுகின்ற பழக்கத்தை அனார்யாவில் சரண்குமார் லிம்பாலே பதிவு செய்துள்ளார்.

கடவுளுக்கு நேர்ந்துவிடப்பட்ட பெண் ஏற்கனவே கடவுளுக்குத் திருமணம் செய்து வைக்கப்பட்டவளாகக்

கருதப்படுவாள். எனவே, அவளுக்குத் திருமணம் செய்து வைக்கக் கூடாது. தேவதாசி என்று அழைக்கப்பட்ட இந்தப் பெண் சில குறிப்பிட்டச் சடங்குகளுக்குப் பிறகு, தான் விரும்பும் ஆணுடன் வாழலாம். தேவதாசிகளுக்குப் பிறக்கும் குழந்தைகள் அசுத்தமானவர்களாகக் கருதப்படுவார்கள். அவர்கள் கிராமத்தில் வேலை செய்வதற்கோ தொழில் செய்வதற்கோ அனுமதிக்கப்பட மாட்டார்கள். அவர்கள் பிச்சையெடுத்துத்தான் வாழ வேண்டும்.[5] மஹர்களிடம் பெண்களைத் தேவதாசியாக மாற்றும் பழக்கம் பல தலைமுறையாக இருக்கக்கூடிய வழக்கமான ஒன்று என்று சரண்குமார் லிம்பாலே குறிப்பிட்டுள்ளார். அவர் குறிப்பிடும் இந்தத் தேவதாசி மரபையும் எழுத்தாளர் இமையம் எழுதிய செடல் நாவலில் வரக்கூடிய விவரணங்களையும் ஒப்பிட்டுப் பார்க்கலாம். ஒடுக்கப்பட்ட மக்களிடம் காணப்படக்கூடிய இத்தகைய தேவதாசி முறையை, சமூக ரீதியாகவும் பண்பாட்டு ரீதியாகவும் ஆய்வு செய்ய வேண்டியுள்ளது.

எளிய மக்களிடம் கெட்ட ஆவிகள் குறித்த பயம் இருப்பது எதார்த்தமானதே. அதிக சாதியைச் சேர்ந்த இவர்கள் போசம்மா சாமிக்காக எருமையைப் பலிகொடுக்கின்றனர். பின்னர் அந்த இரத்தத்தோடு சோற்றைக் கலந்து ஒவ்வொரு வீட்டின் முன்பும் தெளிக்கின்றனர். மாட்டு வண்டி நிறையக் கொண்டு வந்திருந்த வெந்த சோற்றை எருமையின் ரத்தத்தோடு கலந்தனர். மஞ்சளும் குங்குமமும் கொண்டு அலங்கரிக்கப்பட்ட கூடை ஒன்றில் இந்தச் சோற்றை நிரப்பி ஊர் மூத்தவனின் தலையில் அதை வைத்தனர். நரசய்யாவும் இன்னும் சிலரும் உடன் செல்ல அவர் ஒவ்வொரு வீட்டின் வாசலிலும் ரத்தம் கலந்த சோற்றை வீசினார். இப்படிச் செய்தால் வீட்டினுள் எந்தத் தீயச் சக்தியும் நுழையாது என்பது அவர்கள் நம்பிக்கை.[6] இதேபோன்று இரத்தம் கலந்த சோற்றினை அங்காளம்மன் வழிபாட்டில் சுடுகாட்டில் சிதறிச் செல்வதனைத் தமிழ் நாட்டில் காணமுடிகிறது. எருமை பலிகொடுத்தல் என்பதனைத் தமிழ்நாட்டில் வாழ்கின்ற கோத்தர்களிடம் காணமுடிகிறது.

வீட்டில் பயன்படுத்தக்கூடிய மண்பானை, தட்டு போன்றவற்றைக் கொண்டு பல நம்பிக்கைகள் இந்திய மக்களிடம் உண்டு. அரவிந்த் மாளகத்தியை பஞ்சு திருடியதற்காக

ஒருவன் அடித்துவிடுகிறான். அதற்காக அடித்தவனைப் பழி வாங்குவதற்காகப் அரவிந்த் மாளகத்தியின் பாட்டி, புது மண்பானை ஒன்றைக் கொண்டுவந்து தாள் மற்றும் கொட்டாங்குச்சிகளால் நெருப்பு மூட்டி பானையைச் சுடவைத்தாள். பிறகு அதில் நீரை நிரப்பி மஞ்சள் குங்குமம் தடவினாள். எலுமிச்சம் பழத்தை நறுக்கி மூன்று துண்டுகளாக்கி ஊசியில் கோர்த்து, பானையில் சுற்றினாள். மந்திரவாதியிடம் சென்று என்னமோ வாங்கிவந்து அந்தப் பானைக்குள் போட்டாள். என் தலை மயிரிலிருந்து கொஞ்சம் மயிரையும் கத்தரித்து எடுத்துக்கொண்டாள். எவ்வளவோ முறை நான் பேசத் தூண்டியும்கூட, ஊமையைப் போலப் பேசாமல் இருந்தாள். பேசாமலேயே தன் காரியங்களையெல்லாம் செய்து முடித்து பானையைக் கொண்டுபோய் மந்திரவாதியிடம் கொடுத்துவிட்டு வந்து என்னை ஆறுதல் படுத்தினாள்.[7] இப்படிச் செய்வதால் அடித்தவனுக்கு இரண்டு மடங்கு தண்டனைக் கிடைக்கும் என்ற நம்பிக்கையை அரவிந்த் மாளகத்தி பதிவிட்டுள்ளார்.

இறந்த மாட்டின் இறைச்சியை உண்ணக்கூடிய மஹர்களுக்கு பசிக்கவில்லை என்றால் மாட்டின் நாக்கைத் திண்பார்கள் என்ற நுண்குறிப்பினை சரண்குமார் லிம்பாலே தெரிவிக்கிறார். சரணு நாக்கை எனக்கு வெட்டிக்கொடு என் புருஷனுக்கு உடம்புக்கு சரியில்லை. அவருக்குப் பசி என்பதே இல்லை. ஆனால், ருசியான கறி வேண்டும் என்று அவர் ஆசைப்படுகிறார் என்று கூறி நாக்கைப் பெற்றுச் செல்கிறார். நாக்கு ருசியாக இருப்பதோடு பசியைத் தூண்டக் கூடியது. அதிலும் இளம் கன்றுக்குட்டியின் நாக்கு இன்னும் பசியைத் தூண்டும் என்றக் குறிப்பினைச் சரண்குமார் லிம்பாலே தருகிறார். இதேபோன்ற மருத்துவக் குறிப்பு ஒன்றினைச் சுதந்திரக் காற்று தன்வரலாறில் காணமுடிகிறது. குழந்தைப் பெற்றெடுத்தவளைச் சுற்றிலும் அடுப்புக்கறிப் போடப்பட்டு, நெருப்பு மூட்டப்படுகிறது. பிள்ளை பெற்றவளின் உடம்பும் குழந்தையின் உடம்பும் சூடாக இருக்க வேண்டும் என்பதற்காக இப்படி மஹர்கள் செய்ததாகப் பேபி காம்ப்ளி குறிப்பிட்டுள்ளார்.

குலாத்தி சமூகத்தில் மொட்டையடித்துக் கொள்ளக்கூடிய சடங்கு ஒன்றினைக் கிஷோர் சாந்தாபாய் காலே குறிப்பிட்டுள்ளார்.

தாதி லேவ்னி என்ற முக்கியச் சடங்கும் அதே நாளன்று நடைபெற இருந்தது. சிறுவர்களுக்கு மொட்டை அடிப்பார்கள். இச்சடங்குக்கு உள்ளாகும் சிறுவன்தான் குலாத்தியாகக் கருதப்படுவான்.[8] மொட்டையடித்துக் கொள்ளவில்லை என்றால் குலாத்தி சமூகம் ஏற்றுக்கொள்ளாது. ஏன் இந்த மொட்டை என்றால் குலாத்திப் பெண்களை உயர் சாதியினர் திருமணம் செய்து கொள்கின்றனர். அவர்களுக்குப் பிறக்கும் குழந்தைகள் எந்தச் சாதியைச் சேர்ந்தவர்கள் என்றே தெரியாது. தன் பெயருக்குப் பின்னால் உயர் சாதியைச் சேர்ந்த தன் தந்தையின் பெயரை இணைத்துக்கொள்ள முடியாது. உரிமை கோரவும் முடியாது. அதனால்தான் தாயின் சாதியான குலாத்தி சாதியில் இருக்க வேண்டுமானால் (சிறுவயதிலே) மொட்டையடித்துக் கொள்ள வேண்டும். குழந்தை பிறக்கும்போது இருக்கக்கூடிய முடியை தந்தைச் சாதியாகவும் அதனை மழித்து எடுத்தப் பிறகு முளைக்கும் முடியைத் தாய் சாதியாகவும் பார்க்கும் குறியீடாக இதில் இது உள்ளது.

திருமணம் முடிந்த பிறகு கணவன் வீட்டிற்குச் செல்லும் பெண்கள் கணவன்களின் வீட்டில் அரைத்த அரிசி மாவைக் கையால் நனைத்து வீட்டின் ஒவ்வொரு கதவிலும் பதிக்க வேண்டும். இப்படியொரு சடங்கினைப் பூலான் தேவி அவருடைய தன்வரலாறு நூலில் பதிவு செய்துள்ளார். அதேபோல் திருமணம் முடிந்து கணவன் வீட்டில் துணியால் முகத்தை மூடி அமர்ந்திருக்க வேண்டும். ஊரில் உள்ளோர் துணியை விலக்கி முகத்தைப் பார்ப்பதற்காக பணம்[9] கொடுக்கும் சடங்கினையும் பதிவு செய்துள்ளார். மாவினால் நனைக்கப்பட்ட கையால் கதவில் தடம் பதிப்பது, பெண்ணுக்கு வீட்டில் மட்டுமே அதிகாரம் என்பதைக் குறிப்பதாக இருக்கிறது.

குடிப்பதற்கு முன்பு மூத்தவர்களோடு மது அருந்தினால் அவர்களை வணங்கிவிட்டு பின்னர் குடிக்கும் முறையை உச்சாலியாவில் லட்சுமண் கெய்க்வாட் பதிவு செய்துள்ளார். மஹர் சாதியினருக்கு நாவிதன் முடிவெட்ட மறுத்ததை சரண்குமார் லிம்பாலேயும், அரவிந்த் மாளகத்தியும் பதிவு செய்துள்ளனர். அதேபோல் தலித்துகளின் அருந்துபோன செருப்புகளைத் தைத்துத் தர மறுத்தல் நிகழ்வைச் சரண்குமார் லிம்பாலே பதிவு செய்துள்ளார். தலித்துகளின் துணிகளை

வண்ணார் துவைக்க மறுத்த நிகழ்வை ஓம்பிரகாஷ் வால்மீகி பதிவு செய்துள்ளார். இப்படியான ஏற்றத் தாழ்வுகள் மிக நுட்பமாகத் தன்வரலாறுகளில் பதிவு பெற்றுள்ளன.

வட மாநிலங்களில் ஒரு சில இடங்களில் காணப்படக்கூடிய பொது மனைவி பற்றியக் குறிப்பினை பச்சைவிரல் தன்வரலாறில் தயாபாய் குறிப்பிட்டுள்ளார். கிராமங்களிலிருந்து இளம் பெண்களை மயக்கி கடத்திக்கொண்டு போகும் மாஃபியாக்களை மையமிட்டு இந்தக் கடத்தல் வியாபாரம் செழித்து வளர்கிறது. அப்பெண்கள் பல சகோதரர்களுக்கும் பொதுவான மனைவியாக இருக்க வேண்டும்[10] மகாபாரதக் கதைக்கு அடுத்தாகப் பல கணவன்களுக்கு ஒரு மனைவியாக வாழக்கூடிய பெண்களைத் தயாபாய் சந்திக்கின்றார். அதனால்தான் இப்படியான ஒரு பதிவினை அவர் பதிவு செய்துள்ளார். பெண் குழந்தைகள் கொல்லப்படுவதனால் பெண் குழந்தைகளின் பிறப்பின் விகிதம் குறைந்துள்ளது. அதனாலேயே இப்படியாகப் பொதுமனைவியை வைத்துக்கொள்கிற சூழல் வட இந்தியாவில் காணப்படுகிறது.

நளினி ஜமிலா தன் தன்வரலாற்றில் நாயர் சமூகத்தின் முக்கோண உறவினைக் குறித்து நுட்பமாய் பதிவு செய்துள்ளார். இதனைப் பின்வருமாறு பதிவு செய்துள்ளார். இத்திருவம்மாவுக்கு ஒரு நம்பூதிரியுடன் திருமண உறவிருந்தது. ராமன் நாயர் உண்மையிலேயே ஒரு காரியஸ்தன்தான். அங்கே இதுபோன்ற முக்கோண உறவுகள் எல்லோரிடமும் சகஜமாக இருந்தது. எல்லோருமே இந்த விஷயத்தைப் பரஸ்பரம் அறிந்துதானிருந்தனர்.[11] முக்கோண உறவு குறித்து முக்கியமான அதே நேரத்தில் நுட்பமான பதிவாகும்.

இந்தியத் தன்வரலாறுகளில் நுட்பமாகப் பதிவு பெற்றுள்ள, பல நுண்குறிப்புகள் காணப்படுகின்றன. இந்த நுண்குறிப்புகள் சடங்குகளாகவும் நம்பிக்கைகளாகவும் பழக்க வழக்கங்களாகவும் உள்ளன. இவற்றையெல்லாம் விரித்து ஆய்வு செய்தால் ஒரு குறிப்பிட்ட காலக்கட்டத்தில், இந்திய சமூகத்தில் பின்பற்றப்பட்ட வாழ்க்கை முறையை ஆவணப்படுத்தலாம். இந்தத் தன்வரலாறுகளில் காணப்படக்கூடிய நுண்குறிப்புகளின் வழி இந்தியத் தன்மைகளின் பொதுக் குணங்களை உருவாக்கிக்கொள்ள முடியும்.

குறிப்புகள்

1. எஸ். பாலச்சந்திரன் (தமிழில்) உச்சாலியா, பழிக்கப்பட்டவன், ப.4
2. மேலது, ப.27
3. எஸ். பாலச்சந்திரன் (தமிழில்) அனார்யா, நாதியற்றவன், ப.19.
4. மேலது, 110.
5. எஸ். பாலச்சந்திரன் (தமிழில்) அனார்யா, நாதியற்றவன், ப.147.
6. ஜெனி டாலி அந்தோணி (தமிழில்) என் தந்தை பாலய்யா, ப.44.
7. பாவண்ணன் (தமிழில்), கவர்ன்மெண்ட் பிராமணன், ப.62
8. வெ. கோவிந்தசபாபதி (தமிழில்) குலாத்தி, தந்தையற்றவன், ப.33
9. ஒவ்வொரு விருந்தினரும் உன்னுடைய முகத்தைப் பார்ப்பதற்காக உனக்கு பரிசோ இல்லையென்றால் மிகக் குறைந்தது ஐந்து ரூபாயோ தருவார்கள். உனக்கு இன்னமா இது தெரியவில்லை? அதுதான் பரம்பரையாக நடக்கும் சடங்கு (மு.ந. புகழேந்தி (தமிழில்) நான் பூலான் தேவி, ப.83
10. எஸ். ராமன் (தமிழில்) பச்சை விரல், ப.60.
11. குளச்சல் மு. யூசுப் (தமிழில்) நளினி ஜமீலா, ப. 43.

~

துணைநூற் பட்டியல்

1. Encyclopaedia Britannica (Vol.2) 1985.
2. Smith, Sidonie and Julia Watson, Reading autobiography A Guide for
3. Interpreting Life Narratives, University of Minnesota press, mineapolis Dollies, London, 2001
4. விமலானந்தம், மது.ச., 1987, தமிழ் இலக்கிய வரலாற்றுக் களஞ்சியம், சென்னை, ஐந்திணைப் பதிப்பகம்.
5. கந்தசாமி, சா.2019, தமிழில் சுயசரித்திரங்கள், சாகித்திய அகாதெமி, புதுதில்லி.
6. சண்முகசுந்தரம், (தொ.ஆ) 2007, இலக்கியமும் கோட்பாடுகளும், சென்னை, காவ்யா பதிப்பகம்.
7. சிவஞானம், ம.பொ. 2010, எனது போராட்டம், சென்னை: பூங்கொடி பதிப்பகம்.
8. வைரமுத்து, 2011, இதுவரை நான், சென்னை: சூர்யா பதிப்பகம்.
9. சாமிநாதையர், உ.வே., 2017, என் சரித்திரம், சென்னை: உ.வே. சாமிநாதையர் நூல் நிலையம்.
10. ஜெயராசா, சபா., 1989, அழகியல், இனுவில் - மருதனாமடம், அம்மா வெளியீடு.
11. கார்த்திகேயன், மா., 2018, நவீன கவிதைகளில் பெண்ணியமும் தலித்தியமும், சென்னை: சீதை பதிப்பகம்.
12. பஞ்சாங்கம், 2014, தமிழ் இலக்கியத் திறனாய்வு வரலாறு, தஞ்சாவூர்: அன்னம் வெளியீடு.
13. சுகிர்தராணி, 2010, இரவு மிருகம், நாகர்கோவில்: காலச்சுவடு பதிப்பகம்.
14. பஞ்சாங்கம், க., தலித்துகள் பெண்கள் தமிழர்கள், பரிசல் வெளியீடு.

15. பாவண்ணன் (தமிழில்) 2017, சித்தலிங்கையா, ஊரும் சேரியும், நாகர்கோவில்: காலச்சுவடு பதிப்பகம்.

16. புகழேந்தி, மு.ந., (தமிழில்) 2018, பேபி காம்ப்ளி, சுதந்திரக் காற்று, பொள்ளாச்சி: எதிர் வெளியீடு.

17. ஜெனி டாலி அந்தோணி (தமிழில்), 2017, ஒய்.பி. சத்தியநாராயணா, என் தந்தை பாலய்யா, நாகர்கோவில்: காலச்சுவடு பதிப்பகம்.

18. பாமா, 2018, கருக்கு, நாகர்கோவில்: காலச்சுவடு பதிப்பகம்.

19. குணசேகரன், கே.ஏ., 2018, வடு, நாகர்கோவில்: காலச்சுவடு பதிப்பகம்.

20. நிர்மால்யா (தமிழில்) 2016, கமலாதாஸ், என் கதை, நாகர்கோவில்: காலச்சுவடு பதிப்பகம்.

21. யூசுப், மு., குளச்சல் (தமிழில்) 2016, ஆமென், சிஸ்டர் ஜெஸ்மி, நாகர்கோவில்: காலச்சுவடு பதிப்பகம்.

22. இராமநாதன், ஆறு., 1982, நாட்டுப்புறப் பாடல்கள் காட்டும் தமிழர் வாழ்வியல், சிதம்பரம்: மணிவாசகர் பதிப்பகம்.

23. எம்.எஸ். (தமிழில்), 2007, பேபி ஹால்தார், விடியலை நோக்கி, நாகர்கோவில்: காலச்சுவடு பப்ளிகேஷன்ஸ்.

24. காந்தி, க., 1980, தமிழரின் பழக்க வழக்கங்களும் நம்பிக்கைகளும், சென்னை: உலகத் தமிழாராய்ச்சி நிறுவனம்.

25. குணசேகரன், கே.ஏ. 2018, வடு, நாகர்கோவில்: காலச்சுவடு பப்ளிகேஷன்ஸ்

26. கோவிந்தசாமி, (தமிழில்) 2012, அருண்பிரபா முகர்ஜி (ஆங்கிலம்), ஓம் பிரகாஷ் வால்மீகி, ஜுதான் (எச்சில்), சென்னை: நியூசெஞ்சுரி புக்ஹவுஸ்.

27. கோவிந்தசாமி, (தமிழில்) 2014, வசந்த் மூன், ஒரு தலித்திடமிருந்து, சென்னை: நியூசெஞ்சுரி புக்ஹவுஸ்.

28. வானமாமலை, நா., தமிழர் பண்பாடும் தத்துவமும், சென்னை: நியூசெஞ்சுரி புக்ஹவுஸ்.

29. ராகவன், வி.என்., (தமிழாக்கம்) 2008, அபே.ஜெ. துபுவா, இந்திய மக்கள்: மதம், பழக்க வழக்கங்கள் - நிறுவனங்கள், சென்னை: அலைகள் வெளியீட்டகம்.

30. பாலச்சந்திரன், எஸ்., (தமிழில்) 2012, சரண்குமார் லிம்பாலே, அனார்யா, சென்னை: நியுசெஞ்சுரி புக் ஹவுஸ்.

31. பாமா, 2018, கருக்கு, நாகர்கோவில்: காலச்சுவடு பப்ளிகேஷன்ஸ்.

32. முத்துமீனாள், 2014, முள், சென்னை: நியுசெஞ்சுரி புக் ஹவுஸ்.

33. பாவண்ணன் (தமிழில்), 2016, அரவிந்த மாளகத்தி, கவர்மென்ட் பிராமணன், நாகர்கோயில்: காலச்சுவடு பப்ளிகேஷன்ஸ்.

34. பாலச்சந்திரன், எஸ்., (ஆங்கிலம் வழி தமிழ்), 2016, லட்சுமண் கெய்க்வாட், உச்சாலியா: பழிக்கப்பட்டவன், நியூசெஞ்சுரி புக்ஹஸ் பி.லிட்., சென்னை.

35. பாலச்சந்திரன், எஸ்., (ஆங்கிலம் வழி தமிழ்), 2016, லட்சுமண் மானே, உபாரா, நியூசெஞ்சுரி புக்ஹஸ் பி.லிட்., சென்னை.

36. வெ. கோவிந்தசாமி (தமிழில்) 2012கிஷோர் சாந்தாபாய் தாலே, குலாத்தி, தந்தையற்றவன், நீயூ செஞ்சுரி புக்ஹவுஸ்(பி.லிட்), சென்னை.

37. மு.ந. புகழேந்தி (தமிழில்) 2018, மரியே தெரங்கூன், பால்ராம்பாலி, நான் பூலான்தேவி, எதிர்வெளியீடு, பொள்ளாச்சி.

38. எஸ்.ராமன் (தமிழில்) 2013. வில்சன் ஐசக், பச்சை விரல், காலச்சுவடு பதிப்பகம், நாகர்கோயில்.

39. குளச்சல் மு.யூசுப், 2018. நளினி ஜமீலா, காலச்சுவடு பதிப்பகம், நாகர்கோவில்.

~